இறந்துபோனவன்
பேசிக்கொண்டே இருந்தான்

இறந்துபோனவன் பேசிக்கொண்டே இருந்தான்

தமிழவன்

எதிர் வெளியீடு

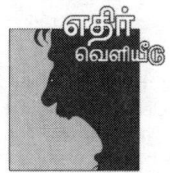

இறந்துபோனவன் பேசிக்கொண்டே இருந்தான்
தமிழவன்

முதல் பதிப்பு: ஜனவரி 2025

எதிர் வெளியீடு,
96, நியூ ஸ்கீம் ரோடு, பொள்ளாச்சி - 642 002
தொலைபேசி: 04259 - 226012, 99425 11302

விலை: ரூ. 200

Irantuponavan pecikkontey iruntaan
Thamizhavan

Copyright © Thamizhavan
First Edition: January 2025

Published by
Ethir Veliyeedu, 96, New Scheme Road, Pollachi - 2
email: ethirveliyedu@gmail.com
www.ethirveliyeedu.com

ISBN: 978-93-48598-03-5
Cover Design: Negizhan
Printed by Jothy Enterprises, Chennai.

All rights reserved. No part of this book may be reprinted or reproduced or utilised in any form or by any electronic, mechanical or other means, now known or hereafter invented, including Photocopying and recording, or in any information storage or retrieval system, without permission in writing from the Publisher.

தமிழவன்

நவீன நாவல் மற்றும் சிறுகதை எழுத்தில் தனக்கான பாணியைப் பின்பற்றுபவர். தமிழின் முதல் மாய யதார்த்த நாவல் இவரால்தான் எழுதப்பட்டது. இந்தியாவிலும் வெளிநாட்டிலும் பல்கலைக்கழகங்களில் தமிழ் பயிற்றுவித்தவர். ஓய்வு பெற்று இப்போது பெங்களூரில் வசிக்கிறார்.

ஐம்பது ஆண்டுகளாக
என் இலக்கிய சகப்பயணியாக
மேலும் சிவசுக்கு

முன்னுரை

நான் என்னுடைய கல்லூரிக் காலங்களில் இருந்தே சிறுகதைகள் எழுதி வருகின்றேன்.

இதுவரை நான்கு சிறுகதைத் தொகுப்புகள் வந்துள்ளன. அவற்றை வாசித்தவர்கள், அவை ஒவ்வொன்றிலும் உள்ள, வேறு வேறு வகைப்பட்ட உணர்வு, வீச்சு, வெளிப்பாட்டுமுறை, தத்துவம் ஆகியவற்றை அவதானிக்க முடியும்.

தமிழில் சிறுகதைகள் தோன்றி சுமார் நூற்றைம்பது ஆண்டுகளாகின்றன. இன்று வரும் கதைகள், தமிழ்ச்சமூக வாழ்வின் வெகுநுட்பமான பதிவுகளைத் தரவேண்டும். அப்படித் தராவிட்டால் அக்கதைகள் தனிமுத்திரையைப் பதித்தவை என்று எடுத்துக்கொள்ளமுடியாது.

இன்றைய காலக்கதைகள் தமிழ்ச்சமூகத்தில் பெரியார் மூலம் வந்துள்ள பகுத்தறிவின் புறவயப்பண்புகளை எப்படித் தருகின்றன என்பதை இத்தொகுப்பில் காணலாம். பெரியார் வழியில் கதை எழுதமுடியுமா என வியப்படையாதீர்கள். ஒரு படிமத்தையோ அல்லது ஒரு காட்சியையோ வைத்து அதற்குத் தொடர்பில்லா இன்னொன்றை மனதின் அதிர்வு மூலம் வாசகமனதில் கொண்டுவருவது பெரியார் அறிவுச்செயல்பாட்டின் வழிதான். அதனை இக்கதைகளின் நுட்பமான எழுத்துமுறையின் உள்ரகசியமாய்க் காணலாம். இது இருபத்தொன்றாம் நூற்றாண்டின் மிகு வளர் அறிவுத் தமிழ்ச்சமூகப்பண்பு.

வாழ்ந்துகொண்டிருப்பவர்கள் நினைவின் தீவிரத்தில் தோய்தலின் மூலம் சாவை மறுக்கிறார்கள். இல்லாத உறவுகளை அப்படி உயிர்ப்பிக்கிறார்கள். அழிந்துபோன ஞாபகத்தில் மறைந்தும் மறையாமலும் இருக்கும் மனிதர்களையும் இடங்களையும் அடையாளங்களையும் காற்றையும் மழையையும் சென்று தொடும் பலவிதக் கதைகள் இத்தொகுப்பில் உள்ளன. ஒரு கதையில் வரும் கதை சொல்பவர் மறந்துபோன இளமைக்கால நண்பரைத் தேடிக்கொண்டே சதா வாழ்கிறார். அப்படி மனிதர்கள் வாழ்தல் என்பதே கதைசொல்லலின் இன்னொரு வடிவமாகிறது. கதைசொல்லலில் இன்றைய வாழ்வின் புதுப்போக்குகள் மெல்லிய இழைகளாய் உள்ளன. இன்று தமிழில் மலைபோல் குவிந்து எல்லா

இடங்களிலும், சினிமாவில், வியாபார இதழ்களில், டி.வி. தொடர்களில் எனக் காணப்படும் கதைகள் போலன்றித் திடீரென ஒரு மகிழ்ச்சியான சம்பவத்தின் போதோ அல்லது துக்கமான சம்பவத்தின் போதோ, அதுவரை நினைக்காத ஒன்று மனதில் வரும். அதுபோல் இக்கதைகளின் சம்பவங்கள் உள்ளன. அப்படி வாழ்வோடு தொடர்புகாட்டுகின்றன இக்கதைகள். வழக்கமான கதைபோலன்றிக் கதையைப் படித்து முடிக்கையில் மனதில் ஏற்படும் இதுவரை அறியாததும் திடீரெனப் பீறிட்டு எழும்புவதுமான மனஉணர்வு கனவின் தன்மை கொண்டதாகும்.இளமைக்காலத்தில் பார்த்த உடலெல்லாம் பூ மலர்வது போல் சிரிக்கும் பெண்ணை வயது முதிர்ந்த பின்பு பார்க்கும் ஒருவனின் உணர்வு கதையாக்கப்படுகிறது. இவை இப்படி இதுவரை தமிழில் வராத புதுமுறையில் அமைந்துள்ளன என்பதை கண்டிப்பாய் அறிவீர்கள். இன்னொரு கதையில் ஒவ்வொருவரும் விரும்பும் ஆணும் பெண்ணும் எங்கோ இருக்கும் வங்காளத்தில் அவள் கிராமத்தின் குளத்து நீரில் கல்லை மிதக்கும்படி எறிந்து போட்டியிடுகிறார்கள். திடீரென்று அவன் எழுந்து அவளிடம் சொல்லாமல் போய்விடுகிறான். இப்படிப்பட்ட கதை, மனதில் எழும்பும் அரூபமான அர்த்தத்தைக் கொண்டதாகும். வேறொரு கதையில் வருபவன், இளம் வயதில் சாப்பிட்ட பன்–ஜாமை நினைத்து அதே இடத்துக்கு தன் மனைவியை இழந்து, தன் இளமையையும் இழந்து, பெரிய மதிப்புக்குரிய பதவியைச்சுமையாய் நினைத்து அலுப்புடன் வருகிறான். சாப்பிட்ட இடம் முற்றிலும் இல்லாமல் மாறியிருக்கிறது. தூரத்தில் பார்க்கிறான். புளியமரம், காகம், புறா இவைகளுகிடையில் இறந்த மனைவி நிழலாய்த் தெரிகிறாள். இறந்தவர்களும் இறக்கப்போகிறவர்களும் ஞாபகங்களின் வலிமையால் ஒன்றாகிறார்கள்.

இன்னும் பல்வேறு வகையில் எழுதப்பட்ட கதைகளும் சேர்ந்து மொத்தத்தில் இத்தொகுப்பு உயர்வகைக்கதைகளின் தொகுப்பாகின்றது.

இத்தொகுப்பில், வாசகனைக் கைகாட்டி நிறுத்தி யோசிக்கவைக்கும் – மௌனக்கதைகள் பல உள்ளன. தியானமாக்கித் தேடுபவர்களுக்கு புது அர்த்தமும் புதுவிழிப்பும் கிடைக்கும்.

21/11/24

தமிழவன்

பெங்களூர்

1.	தூரம்	11
2.	பிளாட்பாரம்	19
3.	காற்று	24
4.	பஸ்	31
5.	குளமும் கல்லும்	38
6.	வானத்தைப் பிளக்க முத்துக்குமார் எழுப்பிய ஆதிக்குரல்	41
7.	இறந்துபோனவன் பேசிக்கொண்டே இருந்தான்	49
8.	நர்ஸ் வரவில்லை	61
9.	கண்கள்	73
10.	புளியமரமும் காகமும்	82
11.	நாடு	90
12.	அத்துடன் முடிந்த கதை	100
13.	இருவராய் வாழ்ந்தவன்	109
14.	முகத்தை மாற்றியவன்	117
15.	முளைகள்	128
16.	அலை	136

1
தூரம்

அந்த மனிதன், இப்போதைய என் வயதில், பலமுறை மனதில் வந்துபோகிறான்.

நான், படிக்கப் பணச்செலவு செய்ய முடியாத சூழலில் உள்ளவனாக இருந்தாலும், படிக்கப் போனேன். மூன்று ஆண்டுகள் படிக்க வேண்டும். மற்ற மாணவர்கள் கல்லூரியின் விடுதியில் சேர்ந்து படித்தார்கள். அந்த அளவு வசதி எனக்கு இருக்கவில்லை. ஓர் உற்சாகத்தில் என்னை அந்தக் கல்லூரிப் படிப்பில் சேர்த்தார்கள், பெற்றோர். அது புதிய ஊர். நான் பிறந்த ஊரிலிருந்து அக்காலத்தில் மிகவும் தூரமான ஏதாவது ஓர் ஊருக்கு நான் பயணம் செய்திருந்தேன் என்றால் அது இந்த ஊருக்குத்தான். சிறு கிராமத்திலிருந்து வந்தவன் நான். என்னைப் பற்றித் தெரியாதவன் நான். கிராமங்களில் பிறந்தவர்கள் அதிகமும் அவர்களைப் பற்றித் தெரியாதவர்கள். அவர்களுக்குள் நடத்தும் பயணம் அதிகம். அதிலும் கொஞ்சம் கல்வி ஏறிவிட்டது என்றால் உளப்பயணம் வேகமாக நடக்கும். எனக்கும் அதுதான் சம்பவித்தது என்று சொல்லத் தேவையில்லை.

சரி, நான் சொல்ல வந்த விசயம் வேறொன்று. விடுதியில் படித்தால் அதிகம் செலவு ஆகும் என்று விடுதியில் சேராமல் ஒரு பழைய இரண்டு மாடிக் கட்டடத்தில் சில மாணவர்களுடன் தங்கினேன்.

அங்குதான் விசுவநாதனைச் சந்தித்தேன்.

அவன் இன்னும் அதிக தூரமான இடத்திலிருந்து வந்தவன். அதை அவன் சொல்லாமலேயே புரிந்துகொள்ளும் ஆற்றல் பதினைந்து பதினாறு வயதில் எனக்கிருந்தது என்று நினைத்தேன். இப்போது ஐம்பது அல்ல, அறுபது வருடங்களுக்குப் பின்னாலிருந்து யோசித்துப் பார்க்கையில் விசுவநாதன் மிகப் பல தூரத்திலிருந்து வந்தவன் என்பதை அவனுடைய வித்தியாசமான பேச்சும் அதிலிருந்த குரலின் குணமும் எனக்குக் காட்டின.

என்னை ஊரிலிருந்து யாரும் பார்க்க வரமாட்டார்கள். அவனையும் யாரும் பார்க்க வரமாட்டார்கள். அப்போது தகரப்பெட்டிகள்தான் எல்லா மாணவர்களும் வைத்திருப்போம். இப்போதும் விசுவநாதனின் ஒரு வித்தியாசமான பைங்கிளி ஒலிபோன்ற குரல், இத்தனை ஆண்டுகளுக்குப் பிறகும் என் அந்தராத்மாவில் கேட்டுக்கொண்டேயிருக்கிறது. எதற்கும் ஒரு சிரிப்பை உதிர்ப்பான். அதன் மூலம் விசுவநாதன் என்னைப் போலவே பதின்ம வயதினனாக இருந்தாலும் அவனுக்குள் அவன் அப்பாவோ, தாத்தாவோ இருந்து அவனாக வாழ்ந்தார்கள் என அன்று நினைத்துக் கொண்டேன். இத்தனை ஆண்டுகளாக அதே நினைப்பில் வாழ்கிறேன். ஒருமுறை அவனிடம் உன்னைப் பார்க்கும்போது உன் அப்பாவோ, தாத்தாவோ உனக்குள் இருப்பதுபோல் நான் ஏன் நினைக்கிறேன் என்று கேட்டபோது, நீ ஒரு மனிதருக்குள் வேறொரு மனிதரைப் பார்க்கும் முறையைக் கற்றவன் என்றான், சிறுவனான விசுவநாதன். எனக்கு அவன் சொன்னது புரியவில்லை. இவ்வளவுக்கும் நானும் அவனும் அடிக்கடி சந்திப்பவர்கள் அல்ல. கட்டடத்தில் நான் ஓர் அறையிலும் அவன் இன்னொரு அறையிலுமாக வசித்தோம். அவனுடன் வேறு மாணவர்கள் சேர்ந்து அலைவார்கள். நான் வேறு ஓரிரு மாணவர்களுடன் சேர்ந்திருப்பேன். அப்புறம் என் படிப்பு முடிந்த பிறகு அவனை நான் எப்போதுமே பார்க்கவில்லை. அவன் வேறொரு பாடப்பிரிவில் படித்தான். அப்பாடப்பிரிவில் படித்த மாணவர்களையும் படிப்பு முடித்தபிறகு நான் சந்திக்கவில்லை. காரணம் தென்னிந்தியனான நான் வாழ்நாள் முழுவதும் வடகிழக்குப் பகுதியில் வேலையின் பொருட்டு வாழ வேண்டியிருந்தது. ஆனால், விசுவநாதனின் குரல் மட்டும் அதே வித்தியாசமான பேச்சு மொழியுடன் கேட்டுக் கொண்டிருப்பதற்கான காரணம் என்ன? இதற்குப் பெரிய காரணமென ஏதும் இருக்கத் தேவையில்லை. என் மனதின் ஒரு வகை இயல்பு அதுவாக இருக்கலாம் என்று

எனக்குச் சமாதானம் சொல்லிக் கேள்வியால் குடையும் மனதைச் சமாதானப்படுத்துவேன். ஆனாலும், அவ்வப்போது பெரிய ஒரு வலிமை பொருந்திய ஞாபகத்தை மூடிமறைக்க முடியாது என்பதுபோலக் காட்டில் பெய்த மழைக்குத் திடீரென பாறைக்கிடையில் தோன்றிய மரம்போல அவன் கிளைத்து நிற்கிறான்.

பல காலமாகிவிட்டது. இப்போது விசுவநாதன் எங்கோ வாழ்ந்து கொண்டிருந்தால் என்னைப் போலவே தலைமுடி நரைத்து, கழுத்துத் தோல் பகுதி திரைத்து மென்மையாகித் தொங்கவும் செய்யலாம் என யோசித்தேன்.

இப்படி இருக்கும் ஒருநாள் அதிகமான புத்தகங்களை வாசிக்கவோ, நூலகமாகவோ வைத்துக்கொள்ளாத என் வீட்டில், ஒரு பழைய 200 பக்க நோட் ஒன்று, அறை ஒன்றைச் சுத்தம் செய்யும்போது கையில் தட்டுப்பட்டது. அட்டைகிழிந்தும் மை கொட்டியும் காணப்பட்டது. ஓரங்களில் பழுப்புநிறம் படிந்திருந்தது. பல பக்கங்களில் எழுத்து மை மங்கி வாசிக்க முடியாமல் இருந்தது. கடைசிப் பக்கத்தில் ஓரிரு பக்கங்களில் சில கவிதைகள் காணப்பட்டன. ஒவ்வொன்றின் கீழும் விசுவநாதன் என்று பெயர் காணப்பட்டது. ஒருவேளை விசுவநாதன் எழுதிய கவிதைகளாக இருக்கலாம் என்று நினைத்தேன். அடுத்த பக்கம் ஒன்றில் ஒரு கணக்கு எழுதப்பட்டிருந்தது. மனதில் அவனது 16 அல்லது 17 வயது முகம்.

இன்னொரு பக்கம் நோட்டைத் திருப்பினேன். வெறும் வெள்ளைத்தாள். ஏதும் இல்லை. 50 ஆண்டுகள் வெள்ளைத் தாளின் ரூபத்தில் தெரியும் வானத்து நட்சத்திரங்கள் கண்சிமிட்டிக் கொண்டிருந்தன. சாவுகள் எத்தனை. பிறப்புகள் எத்தனை.

அடுத்தப் பக்கத்தைப் புரட்டியபோது மை அழியாமல் ஆங்கிலத்தில் ஒரு வரி காணப்பட்டது. அதன் பொருள் 'பழமை, நிகழ்காலத்தில் வலிமை பெற வேண்டும் - நீட்ஷே' என்றிருந்தது. யார் அந்த நீட்ஷே? இது எல்லாம் என் கையெழுத்தில் இல்லை. பல பத்தாண்டுகளின் ஞாபகத்தில் தலைகவிழ்ந்து கிடக்கும் விசுவநாதனின் சாட்சாத் எழுத்து. கணக்கும் விசுவநாதன் கையில் எழுதப்பட்ட பணம் பற்றிய ரூபாய்க் கணக்கு; மை

அழிந்தும் அழியாமலும் பதிவாகியிருந்தது. அந்தக் கணக்கு என்னென்னமோ நினைவுகளைத் தந்தன.

நீட்சே யாரென்று அவனுக்குத் தெரியாமலே, ஏதாவது பத்திரிகை மேற்கோளில் அல்லது கல்லூரி மாகஸினின் அச்சிடப்பட்ட ஒரு வரியிலிருந்து எடுக்கப்பட்டிருக்கலாம். வரியின் அர்த்தம் புரியாமலே மேற்கோள் கொண்டிருக்கும் ஒரு வகை ரூபம் கவர்ந்ததால் விசுவநாதனே என் கையில் இருந்த நோட்டில் எழுதியிருக்கும் சாத்தியம் உண்டென நினைத்தேன். முதல் பக்கத்தில் என் பெயர் எழுதப்பட்டிருக்கிறதா என்று பார்த்தால் இல்லை. அவன் பெயர் எழுதப்பட்டிருக்கிறதா என்று பார்க்க யோசனை சென்றது. ஏதும் இல்லை. வெறுமை.

மீண்டும் வெறும் வெள்ளைத்தாள்களைப் புரட்டி காலமானது காற்று மற்றும் மழை என்று கண்ணுக்குத் தெரியாமல் வெள்ளைநிறமாய்ப் பதிவு செய்திருந்ததைப் பார்த்தேன். ஒரு வறட்டுச் சிரிப்புடன் நான் ஏதோ ஒரு தெளிவு பெற்று அமர, தாள் புரட்டிய கைகள் மீண்டும் ரூபாய்க் கணக்கு எழுதப்பட்ட பக்கத்தில் போய்நிற்க, கண்களோ வெள்ளைத்தாள் சூனியத்தில் நிலைகொண்டன.

என்னை மூன்று ஆண்டுகளும் பணம் கொடுத்துப் படிக்க வைத்தவன் என்னை அதிகம் தெரியாத விசுவநாதனாக இருக்குமோ? யார் இந்த விசுவநாதன் என்று இத்தனை ஆண்டுகளாய் என்னையும் தாண்டி என் மனம் தேடிக்கொண்டே இருப்பதன் அர்த்தம் என்ன? மூன்று ஆண்டுகளுக்கு எவ்வளவு செலவாகும் என்று கணக்குப் பார்ப்பதற்குக் கூடத் தெரியாத குடும்பத்தினர், எப்படி என்னை அந்தக் கல்லூரியில் சேர்த்து விட்டுக் கஷ்டப்பட்டார்களோ?

எனக்குத் தெரியாமல் என் மனம் இத்தனை ஆண்டுகள் எப்போதோ என் வாழ்விலிருந்து நீங்கிவிட்ட - இப்போது இருக்கிறானோ, இல்லையோ என்று கூடத் தெரியாத ஒருவனைச் சுற்றுகிறது. உதவி செய்ததோ, உபத்திரவம் செய்ததோ கூடத் தெரியாத ஒருவன் ஞாபகம் என்னும் பாசி பிடித்த பாறைப்பிளவில் இவ்வளவு ஆண்டுகளாய் வேர்விட்டு இருந்து கொண்டிருக்கிறான்.

சிலவேளை, விசுவநாதன் என்பது என் வெறும் கற்பனையின் சிருஷ்டியோ என்று கூடத் தோன்றும். அப்படி இருக்காது

என்று வலுவான ஓர் எண்ணம் எப்போதும் உடனடியாக வந்து மனதில் எழும். அப்படி உணர்வும், பயமும், பிரமையும் அகலும்படி என் மனம் ஆகியிருக்கிறது.

எனக்கு வடகிழக்குப் பகுதியில் ஓர் அரசு அலுவலனாய் வேலை கிடைத்தபோது நான் யார் யாரையோ போய்ப் பார்த்தேன். இப்போது அடையாளமில்லாமல் ஆகிப்போன, என் பிறந்த கிராமத்தில் கூடப் போய்க் கேட்டிருக்கிறேன். என் முகமும் இப்போது கிராமத்தில் யாருக்கும் அடையாளமின்றி மறதியென்னும் பாழ் இருளில் மறைந்துவிட்டது.

எனக்கு வேலை கிடைத்ததால் பிறகு, திருமணம் ஆகிவிட்டது. அப்பெண் கூட வடகிழக்குப் பிரதேசத்தைச் சார்ந்தவள்தான். இரண்டு குழந்தைகள். ஒரு பையன். அவன் டெல்லியில் படித்து நல்ல மதிப்பெண் பெற்றதால் வெளிநாட்டை விரும்பி அங்கு போய்விட்டான். அவன் மனைவியும் வடகிழக்குப் பகுதியைச் சேர்ந்தவளாய் இருக்க வேண்டும் என்று அவனது தாய் பிடிவாதம்பிடித்ததால், அப்படி எங்கள் மருமகள் வடகிழக்குப் பகுதியில் பிறந்த ஓர் அதிகாரியின் பெண். அவர்களின் கட்டாயத்தில் மகன் அவ்வப்போது அமெரிக்காவிலிருந்து வடகிழக்குப் பகுதிக்கு வருகிறான்.

அவனிடம் கூட முன்பு ஒருமுறை விசுவநாதன் பற்றிக் கூறியது ஞாபகம் வருகிறது. அதாவது 'நீ அமெரிக்காவில் இருப்பதற்குக் காரணம் உன் தந்தையைக் கல்லூரியில் படிக்க வைத்த இன்னொருவனாய் இருந்தால் என்ன நினைப்பாய்?' என்று தயங்கியபடி சொன்னேன். மகனுக்கு அந்த என் ஆன்மாவின் அந்த ஆழத்திலிருந்து நான் படும் பாடுகளின் அலையோசை கேட்கவில்லை. என் கேள்வியை வெறும் ஒரு சாமானியமான கேள்வியாய் மட்டுமே பார்த்தான்.

இல்லை, அப்படியும் சொல்ல முடியாது. அவன் அமெரிக்கா விலிருந்து தொலைபேசியில் என்னை அழைப்பதில்லை. அவன் தாயைத்தான் அழைப்பான். அது அவளுக்குச் சொல்ல முடியாத மகிழ்ச்சியைத் தரும். அதன்பிறகு அரட்டை அடிப்பான். பின்பு மருமகளுடனும் பேரப்பிள்ளைகளுடனும் பேசி எல்லோரும் என்னை மறந்துவிடுவார்கள். கொஞ்சநேரம் ஆனபிறகு அருகில் நிற்கும் என்னிடம் வீட்டிலுள்ள லேன்ட் லைன் தொலைபேசியின் ரிசிவர் வரும்.

அப்படி ஒருமுறை மகன் உங்கள் நண்பர் ஒருவரை இங்கே, அமெரிக்காவில் பார்த்தேன் என்றான். நான் விசுவநாதனா என்று என்னையும் அறியாமல் கேட்டுவிட்டேன்.

யாரப்பா அந்த விசுவநாதன் என்றான். நான் அப்போதுதான் என் குடும்பத்தில் யாரிடமும் வெளிப்படுத்தாமல் என் உடலுக்குள் பூட்டி வைத்திருக்கும் ஒரு பெயர் வெளிப்பட்டுவிட்ட ஒரு பயங்கர அவஸ்தையை உணர்ந்தேன்.

'இல்லைடா' என்று சமாளித்தேன். எனக்கு வாழ்க்கை கொடுத்த ஒருவன் என் படிப்புக்கும், என் வேலைக்கும், என் திருமணம், குடும்பம், மகன், மகள், மகனின் அமெரிக்க வாழ்க்கை எல்லாவற்றுக்கும் காரணம் என்று ஒரு குற்ற உணர்வு என் மூளை முழுவதும் பரவியதோடு, எனக்கு ஒரு விளக்க முடியாத பரபரப்பாய், அவ்வப்போது அது வெளிப்படும். சரி இவனுக்குத் தெரியாமல் இருப்பதுதான் நல்லது என்று எண்ணுவேன்.

ஆனால் ஒரு பெயரைச் சுற்றியே என் ஒரு ஞாபகத்தின் எல்லா அலைவுகளும் பல ரகசியங்களுடனும் எல்லாம் தூரமாகிப்போனது போலவும் உணர்வதாய் வாழ்வு மாறியது. அப்படித்தான் வயோதிகமும் தோன்றி எல்லாவற்றையும் எந்தத் தர்க்கத் தொடர்ச்சியும் இல்லாமல் பதிவு செய்த நாட்களைக் கடத்துகிறது என வாழ்க்கை அமைந்தது.

வடகிழக்கில் மேகாலயா மற்றும் அந்த மாநிலத்தின் காற்று அவ்வப்போது தூற்றும் மழை, மகனின் உபயத்தால் அவன் 'தாய்க்கு ஓடாடுவதற்கு' என வாங்கித் தந்த காரில் நீண்டும் வளைந்தும் செல்லும் சாலைகளில் போதல், தெளிவாக நீலவானில் பஞ்சுப் பொதி போன்ற மேகத்தின் சலனத்தைப் பார்ப்பது என நாட்கள் எதையோ எதிர்பார்த்துக் கடத்துகிறேன். ஓரிரு அதே அலுவலக நண்பர்களை மட்டும் எப்போதோ, அவர்களை மறந்துவிடக்கூடாதே எனப் பார்ப்பதில் இப்படி நாட்கள் ஓடிக் கொண்டிருந்தன.

காலைகளில் எப்போதும் இடுப்பில் குளிர் ஆடையின் இரண்டு நுனிகளைச் சுற்றிக் கட்டியபடி அவ்வூர் வழக்கப்படி காலையில் நடைப்பயிற்சிக்குத் தினம் தினம் மறக்காமல் செல்லும் நடுவயது கடந்த யாரோ கணவனையும் மனைவியையும் பார்ப்பதில் ஓர் உற்சாகத்தை வலியப் பெற்று ஒவ்வொரு நாளையும் அடுத்த நாளை எதிர்பார்த்துக் கடத்திக்கொண்டிருந்த என் வருடங்கள்.

ஒருநாள் என் மகன், நான் பிறந்த மாநிலத்தில் இருப்பதாகச் சொன்னான். பின்பு எல்லாவற்றையும் விவரித்தான். அவன் குடும்பத்தினர் இதுவரை சென்றிராத நான் பிறந்த தமிழ்நாடு என்னும் மாநிலத்திற்குப் போயிருப்பதாகச் சொன்னான். அமெரிக்காவிலிருந்து சென்னைக்கு விமானத்தில் போய் அங்கு குழந்தைகளுக்குப் பிடிக்கும் இடங்களையும் பொருள்களையும் காட்டிவிட்டு அங்கிருந்து வடமாவட்டங்களுக்கு ரயிலில் போகத் திட்டமிட்டு இருப்பதாகச் சொன்னான்.

எனக்கு ஏனோ திக்திக் என்று அடித்துக்கொண்டது. காரணம் புரியவில்லை. அந்தராழத்திலிருந்து, மனதில் ஏதும் புது விஷயத்துக்கான ஒரு மர்மமான ஆசை தோன்றிப் புதிய பூக்களை மலர்விப்பதன் பரபரப்பா எனக் கேள்வி தோன்றியது. இன்று இந்த நிலைமையில் இருக்கக் காரணமான ஒரு நபருக்கு அவன் நன்றி சொல்லும்படி ஒரு சூழ்நிலை வருமா? ஒருமுறையோ என்னமோ மட்டுந்தான் அந்தப் பெயரைச் சொல்லியிருப்பேன். ரயிலில் போகும்போது திடீரென்று ஒரு வயதானவர் என் பேரக்குழந்தைகளைப் பார்த்து என் அடையாளத்தையோ, என் கண்களையோ, மூக்கையோ, காது மடல்களையோ இனம் கண்டு நிற்பார். என் நண்பனின் குடும்பத்தைச் சார்ந்தவர்கள்தானே, அவனைப் போலவே இருக்கிறீர்களே' என்று வயதான விசுவநாதன் கூறும் சம்பவம் ஒன்று நடக்காதா என்று ஏங்கும் ஒரு சபலம் மனதில் இல்லை என்று சொல்ல முடியாது.

குழந்தைகள் புதிய வகைப் பூக்களைப் பார்த்ததும் புதிய வகை உணவுகளை வாங்கிச் சாப்பிட்டதும் புதிய ஆடை, அணிகள், வாங்கியதும் எனத் தொலைபேசியில் கொட்டித் தீர்த்தன.

இரண்டாவது குழந்தை ஒரு புதிய விசயத்தைச் சொன்னது: 'தாத்தா நீ பிறந்த மண்ணுலே நாங்கள் இருக்கோம். இங்கே காற்று புதிதாக இருக்கிறதென்று நான் மம்மியிடம் சொன்னேன். சரியாகத்தான் சொன்னேனா, தாத்தா?' எனக் கேட்டது.

அப்போதுதான் ஒரு புதிய விசயத்தைக் குழந்தைகள் ஒவ்வொரு கணமும் கண்டுபிடிக்கின்றன என்கிற உண்மையை அறிந்தது போலத் திடீரென ஒரு புத்துணர்ச்சி பெற்றேன். அத்துடன் என்னுள்ளிருந்து பாறையை உடைத்துக்கொண்டு ஒரு புதுச் செடி முளைவிடுவதுபோல் ஒரு பெயர் என் மனதைப் பிளந்து

கொண்டு வெளிப்பட்டது. எனக்குக் கொஞ்சநேரம் உடலைக் கட்டிலில் கிடத்திக் கண்களை மூடி ஆசுவாசப்படுத்திக் கொள்ள வேண்டுமென்று தோன்றியது.

உடலைக் கிடத்தியிருப்பது யாருக்குத்தான் ஆசுவாசத்தைத் தராது. உடல் தளர்ச்சி மனதிலிருந்து வந்திருக்க வேண்டும். ஒரு மனிதனை எத்தனை காலம் மனதில் சுமப்பது? அந்தப் பாரத்தால் உடல் இயற்கையான சோர்வாலன்றி இன்னும் அதிகம் அயர்ச்சிகொள்ளத்தான் செய்யும். அது இயற்கைதான்.

லேசாக, கண் அயர்ந்துவிட்டேன்.

அந்த உருவம் பல கால இடைவெளி என்னும் சுவரின் கீறல் வழி வியாபிக்கிறது. ஓர் உடல் வளர்வதாய் ஒரு தோற்றம். இடதுபுறமும் வலதுபுறமும் உடலின் ஓரங்கள் நிற்கின்றன. அவன்தான் அந்த ரூபம் என்று மனது சொல்கிறது. முகம் என்னை நோக்கித் திரும்புகிறது. அவனேதான் அதே பெரிய கண்கள். வழக்கமான உதடுகளைவிடச் சற்று பருமன்கூடிய உதடுகள். அவன் இத்தனை ஆண்டுகள் வாழ்ந்து இப்போதே கூட மரணமடைந்திருக்கலாம். ஆனால், எழுந்து வருகிறான் பல காலம் என்னும் இடைவெளியில்.

மகன் மீண்டும் தொலைபேசியில் பேசினால் திரும்பி வந்துவிடுங்கள் என்று சொல்ல வேண்டுமென ஒரு குரல் என் மனதில் உறுதிபட எழுகிறது.

◉

2

பிளாட்பாரம்

ரயில்வே ஸ்டேஷனுக்குள் போகப் பல வழிகள் உண்டு. பஸ், கார், ஆட்டோ போன்றன மூலம் வருவதற்கு மையமான வாசல் உண்டு. பிளாட்பார்ம் டிக்கட் பரிசோதகர்கள் மையவாசலில் இருப்பார்கள்.

அவனுக்கு 23 வயது; பெயர் குலசேகரன். எப்போதும் மைய வாசல்வழி அவன் ரயில்வே ஸ்டேஷனுக்கு வருவதில்லை. ஓர் அரசினர் கல்லூரியில் தமிழ் இலக்கியப் பிரிவில் இரண்டாம் ஆண்டு படிக்கிறான். பலர் அந்த வயதில் இளங்கலை முடித்திருப்பார்கள். தமிழ் இலக்கியம் படிப்பவர்கள் கல்லூரியில் முக்கியமில்லாதவர்கள். இவனுக்கு ர, ற வித்தியாசம் தெரியாமலே ஆரம்ப பள்ளியிலிருந்து தமிழ்ப் படித்தான். ஒரு மனக்குழப்பம் கொண்டவன். பதினாறு மாணவர்கள் இரண்டாம் ஆண்டு தமிழ் இலக்கியம் படிக்கிறார்கள். அதில் பதினாலு பேருக்கும் ர, ற, வித்தியாசம் தெரியாது. பருப்பு என்பதை பறுப்பு என்று எட்டாம் வகுப்பில் படித்தபோது எழுதியதால் தலையில் ராமலிங்கம் ஸார் மடக்கிய விரலால் குட்டினார். அவர் நாவல் எழுதுபவர். அவர் எழுதிய நாவலை இரண்டு ஆர்எஸ்எஸ் காரர்கள் எரித்த பின்பு அவர் தத்துபித்து என்று எழுதுபவைகளை அமெஸான் வாங்கிப் பல உலக மொழிகளில் மொழிபெயர்த்தது. அகில

உலக நாவலாசிரியரானார் ராமலிங்கம் ஸார். ஆனாலும் காலையில் பல்விளக்காமல்தான் காப்பி குடிக்கிறார். ஆனால் குலசேகரனுடன் படிக்கும் மற்ற 13 பேரும் தலையில் குட்டப்படவில்லை. பதினாலு பேரில் ஒருவன் கறுப்புச் சட்டைதான் அணிவான்.

அன்று தன் சட்டையின் வயிற்றுப் பாகத்தில் இருந்த பித்தான் அறுந்து போனதையே தலையைத் தாழ்த்தித் தாழ்த்திப் பார்த்தபடி நடந்தான் குலசேகரன். அவன் படிப்பது இரண்டாம் ஆண்டு தமிழிலக்கியம் என்று ஞாபகத்தில் இருக்கட்டும். ர, ற வேறுபாடு தெரியாது. அந்தப் பெண் அவன் நினைவிலிருந்து அகலவே இல்லை. அவள் அரைத் தாவணி போட்டு நடக்கையில் அவள் வேண்டுமென்றே அப்படி நடக்காவிட்டாலும் சிறு வித்தியாசம் நடையில் தெரிந்தது. கால் முட்டியை மட்டும் பின்பக்கம் ஒடித்து டக் டக் என்று நடக்கும் இளம் பெண்கள் அப்படி நடப்பார்கள். அவள் அப்படி நடப்பாள். அப்படி அவள் முதன்முதலில் நடப்பதைப் பார்த்தபோது தன்னுடன் நடந்து வந்த நண்பனைத் தோளால் உரசியபடி 'அப்படி ஒரு வித்தியாசமான நடை' என்று கமெண்ட் அடித்தான் குலசேகரன்.

அன்றும் மைய வாசல்வழி வராமல் - ரயில் ஏற வந்தான். தூரத்தில் வரும் கூட்ஸ் ரயிலைப் பார்த்து, ரயில் ஏதோ தண்டவாளத்தில் போகாமல் பிளட்பாரத்தில் ஓடுவது போல், அது கடந்து போகட்டும் என்று சில நிமிடங்கள் தாமதித்துவிட்டுப் பின்பு, இடதுபுறம் தெரிந்த ரயில் பிளாட்பாரத்தில் படி வழி ஏறி நடந்தான்.

ஒரு வயதான ரயில்வேத் துறை சிப்பந்தி சுமார் 20 அடி தூரத்தில் பச்சைக்கொடியை வலது கையில் வைத்து இடது கையால் தட்டியபடி நின்றான். தண்டவாள ஓரத்துக்கு அருகே ஒரு மிகச்சிறிய குழந்தை தவழப் பார்த்தது. அதன் தாய், கையில் ஒரு பால் புட்டியுடனும் தனது பச்சைப் பூப்போட்ட சாரியுடனும் கண்ணில் தடித்த பிரேம் போட்ட கண்ணாடியுடனும் ஓடினாள். அவள் முகத்தில் இருந்த பயபீதி குழந்தை தவழ்ந்த வேகத்தைக்காட்டி, அங்கே சுற்றி நின்ற பயணிகளுக்கு மனதில் புளியைக் கரைத்தது. வயதான இரண்டு மூதாட்டிகள் தத்தம் கால்களை நின்ற இடத்திலிருந்து இரண்டு தப்படிகள் பின்னால் எடுத்து வைத்துவிட்டுச் சற்று நகர்ந்து எதற்கோ தம் பின்பக்கம் பார்த்துத் திரும்பினர்.

அவனுக்கு வலதுபுறம் ரயில் தண்டவாளம். இடதுபுறம் ரயில்வே அலுவலக அறைகளின் வரிசை. குலசேகரனுக்கு ஓர் எண்ணம் வரும். தனது வகுப்பில் படிக்கும் மற்ற 15 மாணவர்களையும் போல் தான் இல்லை. இத்தனைக்கும் அவர்களும் பிற பாடங்களில், கல்லூரியில் அட்மிஷன் கிடைக்காததால் மட்டுமே தன்னைப் போலத் தமிழிலக்கியம் படிப்பவர்கள். இந்த இரண்டாம் ஆண்டில் ஒரு பெரிய தலைவேதனையைக் கடக்க வேண்டும். ஆங்கிலத் தேர்வு. குலசேகரனுக்கு ஆங்கிலம் வரவே வராது, மற்ற 14 மாணவர்களையும் போல.

தான் ஓர் உதவாக்கரை என்று வலது காலால், பிளாட்பாரத்தில் கிடந்த ஒரு கசங்கிய சாமந்திப் பூவை, சிகரெட்டைச் சிலர் தரையில் திருகிக் கசக்கி அணைப்பார்களே அதுபோல், மேலும் கசக்கிவிட்டு நடந்தான். அந்தப் பூ கசங்கியதா? இல்லையா என்று நடையை நிறுத்தாமலே ஒரு நிமிடம் திரும்பிப் பார்த்துவிட்டு சகஜமாக வேட்டி முனையை வாயில் கடித்தபடி போனான். ஆம் குலசேகரனுக்கு ர, ற, வேறுபாடு தெரியாது. தாழ்வு மனப்பான்மை திடீரென்று வந்து, அவனை ஒரு குதிரையாய் பாவித்து அவன்மீது சவாரி செய்யும்.

மீண்டும் தான் ஓர் உதவாக்கரை என்று நினைத்த அவன் பிளாட்பாரத்தில் தூரத்தில் யாரையோ, கைத்தட்டி அழைத்த கிராமத்தவனை நோக்கினான். யாரையும் நகரத்தில் அப்படி அழைக்கமாட்டார்கள் என்பதை யாரும் கிராமத்தவனுக்குச் சொல்லிக்கொடுக்கவில்லை எனக் கருதினான்.

டை கட்டி கோட் அணிந்து சிவப்பாய், ஒல்லியான ஒரு கோடு நெற்றியில் இழுத்து, தன் கல்லூரி ஆங்கில ஆசிரியர் கோபாலகிருஷ்ணன் போல, ஒருவர் தூரத்தில் இடதுபுறம் இருந்த மையவாசல் வழியாக, அழகான தனது சூட்கேஸை அதன் வீல்கள் வழி இழுத்துக்கொண்டு போவதைக் குலசேகரன் பார்த்து, அவரருகில் போய் நின்று அவரை மேலும் கீழும் பார்த்தான். கோட் ஆசாமி முறைத்தார்.

குலசேகரன் பொருட்படுத்தாமல் நடந்தபோது எப்போதும் நினைவில் இருக்கும் அந்தப் பெண்ணுக்கு வேண்டி எழுதி நான்காக மடித்த, மங்கிய பூவின் படம் போட்ட யாருடையவோ லெட்டர் பாடிலிருந்து கிழித்த தாளை நினைத்தான்.

அவள் என்னை இப்படிப் போட்டு வதைக்கிறதற்குக் கால்முட்டிகளை டக்டக் எனப் பின்பக்கம் ஒடித்து நடக்கும் அவளுடைய நடைதான் காரணமா, தெரியவில்லை என யோசித்தான். இறுக்கமாகத் தோள்களை அழுத்தியபடி அணிந்திருக்கும் அவளின் ரவிக்கையா காரணம்? அதிலும் ஓர் அழகு.

அப்போது கோர்ட், டை ஆசாமி தூரத்தில் நின்று குலசேகரனை இன்னும் முறைப்பதைக் கவனித்தான். பின்னால் திரும்பி அவரை நோக்கி நடந்தான். வேகமாக நடந்து விரைவில் அவரிடம் போனான். இவன் அடிக்க முயன்றால் சரியாகக் கொடுக்க வேண்டும் என்று அந்த மனிதர் எண்ணித் தயாராக நின்றது போல் பட்டது.

அவருடைய கோட் பாக்கெட்டில் ஓர் உயர்ந்த பேனா இருப்பதையும் பாண்ட் பாக்கெட்டில் பர்ஸ் ஒன்று துருத்தியபடி இருப்பதையும் கண்டான். பின்பு சர்வ சாதாரணமாய் பிளாட்பாரத்தின் மறு கோடிக்கு நடப்பவன் போலத் தலையைக் குனிந்து பிளாட்பாரம் தரையைப் பார்த்தபடி அவரைக் கடந்து முன்னால் போய்க்கொண்டிருந்தான்.

திடீரென இடதுபுறம் தெரிந்த பிளாட்பாரத்துக் கடையில் இருவர் நின்று தேநீரையோ, காபியையோ ஊதிக் குடித்ததைக் கண்டான். அதில் இடதுபுறம் நின்ற, வேட்டிகட்டி, நெற்றியில் மேலிருந்து கீழ்நோக்கிச் சிவப்பு கோடு இழுத்திருந்தவன் கால்பெரு விரலால் தரையில் வட்டவடிவமாகப் படம் வரைந்தபடி நின்றான். எல்லாரும் இந்த ஊரில் நெற்றியில் சிவப்புக்கோடு இழுத்திருக்கிறார்கள் என்று நினைத்தான்.

அப்போது, பல ரயில்கள் வரும் மிகவும் பிஸியான அந்த ரயில்வே ஸ்டேஷனில் ஒரு ரயில் எதிர்ப்புறமிருந்து வந்தது. ஆட்கள் பலர் குடும்பம் குடும்பமாக இறங்கினார்கள். அதில் சிலர் குழந்தைகளை இடுப்பில் வைத்திருந்த பெண்கள். சில ஆண்கள் பைகளைத் தோளில் தொங்கவிட்டு, வெளியில் போக, டிக்கட் பரிசோதனை செய்யும் ஆட்களை நோக்கி நடந்தனர்.

மீண்டும் குலசேகரன் எந்தத் திசையில் இருந்து பிளாட்பாரத்துக்கு வந்தானோ அதே திசையில் பார்த்தபடி, காலியான இடதுபுறமிருந்த, சிமெண்ட் பெஞ்சில் அமர்ந்தான்.

அந்தக் கடிதம் கால்சட்டைப் பையில் ஒரு பாம்புபோல நெளிந்தது என எண்ணினான்.

மீண்டும் கொஞ்ச நேரமானபின்பு வலது கையால் அமர்ந்திருந்த சிமெண்ட் பெஞ்சில் ஓங்கி இருமுறை அடித்தான்.

பக்கத்தில் யாரும் அமராததால் அவனுடைய அந்த வித்தியாசமான செயலைக் கவனித்து யாரும் ஆச்சரியத்துடன் முகம் சுளிக்கவில்லை.

அப்போது அவன், பிளாட்பாரத்துக்கு வந்து ஏறிய இடத்தில், அவன் சற்று முன்பு வந்த அதே திசையில், அவனைப் போன்ற வயதுப் பெண் ஒருத்தி டக் டக் எனக் கால் முட்டியை மடக்கி நடந்து வந்தாள். அவன் அவளை எதிர்பார்த்துக்கொண்டு அமர்ந்திருந்தான். ஆனால், அவள் வருவதையோ, அவளைக் குலசேகரன் பிளாட்பாரத்தில் நிற்காமல் போகும் அந்த ரயிலின்முன், இன்னும் பத்து நிமிடத்தில் தள்ளிக் கொடூரமாய்க் கொலை செய்யப் போவதையோ யாருமே எதிர்பார்க்கவில்லை.

۵

3
காற்று

குமார் அப்போது சிறுவன். சின்னப் பையன்கள் கால்சட்டை போடாமல்தானே கிராமத்தில் சுற்றிக் கொண்டிருப்பார்கள். பள்ளியிலிருந்து வந்ததும் அழுக்குப்படும் என்று அவன் தாய் கழற்றி வைத்துவிடுவாள். குமாரின் தந்தைக்கு எப்போதும் எரிச்சல். தன் மகன் குமார், தனக்கு ஒத்தாசையாகth தனது தேநீர்க் கடையில் எடுபிடி வேலைகள் செய்தால் என்ன என்று அவருக்கு ஒரு வருத்தம். குமார் பள்ளிக்குப் போகும்போது மறக்காமல் கால்சட்டையும், மேல் சட்டையும் போட்டிருப்பான். அவனுக்குப் பள்ளிக்கூடம் பிடித்துப் போயிருந்தது.

அதுபோல் பூனைக் கிராப் என்கிற போனோகிராப் பெட்டி ஒன்று ஓலைக்கூரை போட்ட அவன் தந்தையின் தேநீர்க் கடையில், கல்லாவுக்கு அருகில் பாடும்படி இருந்தது. தேநீர்க்கடையில் ஆட்கள் கூட்டமாக வரும்போது, குமாரின் தந்தையின் கடையில் வியாபாரம் அதிகம் நடக்கும். அந்தக் கூட்டம் அதிகமாகும் நேரத்தில் பூனை அமர்ந்திருப்பது போன்ற படம் ஒட்டப்பட்ட பெட்டியில் ஒரு கறுப்பு வட்டு ஒன்று வைக்கப்பட்டு, சாவியை முடுக்கும்போது பாடல் கேட்கும். குமாருக்குப் பள்ளி பிடித்தது போலவே அந்தப் பெட்டியில் சாவி கொடுக்கப் பிடிக்கும். ஆனால், அவன் தந்தை அதற்கு அவனை அனுமதிப்பதில்லை. அவருடைய வசையைக் கேட்டு வருத்தப்படுவான்.

கடைக்குப் பக்கத்திலிருந்த வீட்டிலிருந்து, ஞாயிற்றுக் கிழமைகளில் தோளில் பைபிள் சுமந்தபடி அக்காவும் தங்கையும் சி.எஸ்.ஐ. சர்ச்சுக்குப் போவார்கள். அந்த அக்காள்களின் வீட்டிற்குச் சிறுவன் குமார் போனான். 'குடுவையில் தேநீர் கொண்டு போய்k கொடுத்துவிட்டு வா, சக்கரம் வாங்கிக் கொண்டு வர மறக்காதே,... எப்போதும் விளையாட்டுப் புத்தி' என்று கூறியபடி, குமாரை முறைத்துப் பார்த்த தந்தையை அவனுக்குப் பிடிக்கவில்லை. ஒரு சக்கரம் இரு சக்கரம் எனப் பொருள்களின் விலை இருந்த ராஜா ஆட்சி செய்த காலம் அது.

குடுவையில் தேநீர் கொடுத்து வரப் போன குமார் பார்த்தபோது அக்காவின் வீட்டில் யாருமே இருக்கவில்லை. வீடு மர்மமாக இருந்தது. அக்காலக் கிராம வழக்கப்படி கதவுகள் எல்லாம் திறந்திருந்தன. குமார் தடதடவெனக் காற்று நிரம்பியிருந்த வீட்டினுள் நுழையும் ஒருவித சந்தோஷத்தால், உள்ளே போய், அடுக்களை வரை போய்ப் பார்த்தான். வீட்டை இப்படிப் போட்டுவிட்டுப் போவார்களா என்று நினைத்து வீட்டின் பின்புறம் முருங்கை மரங்களிலிருந்து பூக்கள் உதிர்ந்து தரை முழுதும் வெள்ளையாய்க் காட்சி தருவதைக் கண்டான். முருங்கை மரங்களில் காற்று வீசிக் கொண்டேயிருந்த போது சிறுவனான குமாருக்குக் குறுகுறுவென்று இருந்தது. வீட்டினுள் இருட்டாக இருந்த ஓர் அறைக்குள், ஏதோ ஓர் உற்சாகம் தூண்ட, திடீரென்று நுழைந்து யாராவது இருக்கிறார்களா? எனப் பார்த்தபோது இரண்டு அக்காளில் சின்னவள் 'போடா' என்று கத்தினாள். ஏனெனில் அவள் அம்மணமாக நின்று இருட்டின் துணையோடு ஆடைகளை மாற்றிக்கொண்டிருந்தாள். அக்காலத்தில், எங்கும் உலகத்தில் இருட்டு உள்ளிலும், புறத்திலும் துணைக்கு வந்தது என்பதுதான் உண்மை.

சற்று நேரத்தில் அந்தச் சின்ன அக்கா 'போடா போடா' என்று ஒரே அடியாக அவளுடைய முழுதும் உடை உடுத்தப்பட்ட ஒழுங்கான கோலத்தில் வெளிப்பட்டுச் சிறுவன் குமாரை ஓட்டிக் கொண்டிருந்தாள். பயந்துபோன குமார் ஒன்றும் புரியாமல் வீட்டினுள் ஓடிக்கொண்டிருந்தான்.

இன்னொரு நாள் சிறுவன் குமார் எப்போதும் சிடுசிடுவென்று இருக்கும் தந்தையின் ஆணையை ஏற்றுத் தேநீர் கொடுக்க அந்த அக்காள்கள் இருக்கும் வீட்டுக்குப் போனபோது இரண்டு அக்காள்களும் இருந்தார்கள். இளைய அக்காள் பாவாடையும்

ஜம்பரும் அணிந்து பத்தாம் வகுப்போ ஏதோ படித்தார். கறுப்பாகவும் உயரமாகவும் ஒல்லியாகவும் காணப்பட்டார் அந்த அக்கா. அன்று பெரிய அக்காவும் காணப்பட்டார். இருவரும் ஏதோ தமாஷ் பேசிச் சிரித்துக் கொண்டிருந்தார்கள். குமார் தேநீர் கொடுத்துவிட்டு, அவர்கள் கொடுக்கும் தேநீருக்கான விலையைப் பெற்று வந்து தந்தையிடம் கொடுப்பான். அது அரசர் ஆட்சியில் இருந்த காலமாகையால் அக்காள்கள் கொடுத்த தேநீருக்கான விலையான நாணயங்களான சக்கரங்களில் அரசர் படம் இருந்தது. பெரிய அக்கா, அவர் சிவப்பு நிறத்திலும் சற்றுக் குள்ளமாகவும் எப்போதும், சேலையும் ரவிக்கையும் அணிந்த படியும், காட்சி தருவது போல, சிரித்துக் கொண்டே இருப்பார். குமாருக்கு அவரைப் பார்க்க மிகவும் பிடிக்கும். சின்ன அக்கா கொஞ்சம் குறும்பு ஜாஸ்தி. ஆனால், அவர்கள் இருவரும் மிகவும் அன்பான அக்கா தங்கைகள். அவர்களுக்கு இரண்டு அண்ணன்கள். வயதான தாய். ஆனால் தந்தை இல்லை. மூத்த அண்ணன், மூத்த அக்காளைப் போலவே சிவப்பு நிறமாகவும் உயரமாகவும் காணப்பட்டார். ஆனால் சற்று மனநிலை சரியில்லாதவர் என்று எல்லோரும் கூறுவார்கள். அவருடைய உயரமான தம்பி பக்கத்து நகரத்தில் பள்ளிப் படிப்பை முடித்துவிட்டுத் தனிப்பயிற்சிக் கல்லூரி என்ற பெயரில் வர ஆரம்பித்திருந்த ஒரு டியூட்டோரியல் கல்லூரியில் ஆங்கில ஆசிரியராக இருந்தார். கறுப்பாகவும் உயரமாகவும் காணப்பட்டார். ஆண்கள் இருவரையும் குமார், அந்த வீட்டில் பார்த்ததே இல்லை.

தேநீர் கொடுத்துவிட்டு அக்காள்கள் இருவரும் தமாஷ் பேசியபடி கொடுத்த சக்கரத்தில் ஒரு பக்கம் ராஜாவின் கிரீடம் பொறிக்கப்பட்ட தலையைப் பார்த்தபடி, பிந்தினால் தன்னைத் திட்டப் போகிற தந்தையை நினைத்துப் பயந்தபடி அக்கா வருகிறேன் என்று புறப்பட்டவனைச் சின்ன அக்கா திடீரென்று தடுத்து ‘ஏண்டா அன்றைக்கு அப்படிப் பண்ணினே’ என்று அடிக்கப் போவது போலப் பாவனை செய்தார். அக்கா மோசம் என்று குமார் ஓடிவிட்டாலும், இவ்வளவு காற்று இவர்கள் வீட்டில் எப்படி வந்து நிறைந்து காணப்படுகிறதே என்று அன்றும் ஆச்சரியப்படுவதற்குத் தவறவில்லை. அதுபோல் வீட்டில் கிழக்குப் பக்கம் இருந்த நீளமான படியின் வழி கீழே இறங்கினால் தரையில் கால் பாதம் முழுவதும் நிறைக்கும்படி காணப்படும் முருங்கைப் பூக்கள் அன்றும் அவனைக் கவரத்

தவறவில்லை. பெரிய அக்கா எங்கோ காணாமல் இருந்தவர் வெளிப்பட்டு வந்து, 'டேய் குமார்' என்று அழைத்தபோது, ஒருவேளை உள்ளே இருக்கக்கூடும் என்று நினைத்துச் சின்ன அக்கா மீது லேசாக பயம் தோன்ற ஆரம்பித்ததால் 'அக்கா... அப்பா தேடுவார்' என்று கூறிவிட்டு ஓடி மறைந்தான் குமார். 'சரி சரி போ' என்று பெரிய அக்கா சந்தோஷமாகச் சொன்னார். அந்தச் சந்தோஷம் வீட்டில் காற்றின் ரூபத்தில் நிறைந்திருந்தது. அழகான அக்கா. இந்த அக்காள்கள் தவிர அவர்களின் அம்மாவையோ, அண்ணன்களையோ எப்போதும் குமார் பார்த்ததில்லை. குமார் நினைப்பது போலவே எப்போதும் காற்று நிரம்பி வழியும் வீடாக அது இருந்தது. மூத்த அக்கா ஆசிரியர் பயிற்சிப் படிப்பு படிக்கிறார் என்றோ, படித்து முடித்துவிட்டு வேலைக்குக் காத்திருக்கிறார் என்றோ குமார் நினைத்தான். அது சரியான தகவலாகவும் இருக்கலாம். சரியில்லாத தகவலாகவும் இருக்கலாம். அந்தச் சிவப்பு நிறமான அக்கா சந்தோஷமானவர்.

வீட்டுக்குப் பின் பக்கம் எல்லா வீடுகளையும் போலவே விவசாயம் செய்யப்படும் விளைநிலம் காணப்பட்டது. அந்த விளைநிலத்தின் எல்லை, தூரத்தில் முடியும் இடத்திலிருந்து ஒரு சிறிய குன்று காணப்பட்டது. குன்றின் முகட்டில் ஒரு சிவன் கோயிலோ ஏதோ இருந்தது. சிலவேளை சிவன் கோயிலில் மணி ஓசையுடன் பூசை நடக்கும்.

தேநீர் கொடுக்க அக்காள்களின் வீட்டுக்குக் குமார் போவது தவிர்க்க முடியாது. தந்தைக்குக் கோபம் வந்துவிடும். அவருடைய தேநீர்க் கடையில் குமார் செய்யும் ஒத்தாசை அது என்று அவர் நினைக்கிறார். குமார் தேநீர் கொடுக்கப் போகையில் சின்ன அக்காள் மட்டும் இருக்கக்கூடாது என்று ஓர் எண்ணம் வரும்.

மற்றபடி அந்த அக்காள்களின் வீடு குமாருக்கு, மனதிற்கு, ஒரு இதமான நினைவைத் தருவதாகவே இருந்தது.

அடுத்து வந்த ஞாயிற்றுக்கிழமை குமார் சாலையில் போய்க் கொண்டிருந்தபோது அவனுக்கு முன்னால் இரு பெண்கள் போய்க்கொண்டிருந்ததைப் பார்த்தான். சற்று கூர்ந்து பார்த்தபோது அது அந்த இரண்டு அக்காள்கள் என்று அடையாளம் கண்டான். ஓடிப்போய் பேசலாமா என்று பின்னால் ஓர் இருநூறு அடி தூரத்தில் இருந்த பையனாக

குமார் யோசித்தபோது ரோஸி என்ற இளையவளான அக்காள் அவனுக்கு ஏதோ ஒரு தயக்கத்தை ஏற்படுத்தினாள். அந்தத் தயக்கம் எதற்குத் தனக்கு ஏற்படுகிறது என்று தர்க்கப் பூர்வமான யோசனை அவனுக்குச் சின்ன வயது என்பதாலோ என்னவோ ஏற்படவில்லை. ஒரு பருந்து அக்காள்கள் போகும் திசையில் வானத்தின் கீழே பறக்கையில் மூத்த, சிவப்பு நிறமான அக்காள் சேலையும் ரவிக்கையும் அணிந்தவளாக அவர் தங்கையுடன் மெதுவாய் நடந்து போய்க்கொண்டிருந்தார். இருவரும் வலது கையில் வைத்துத் தோளில் இரண்டு பைபிள்களைச் சுமப்பது போல் நடந்து போய்க்கொண்டிருந்தனர். ரோஸி அக்காவின் ரவிக்கைக்கும் பாவாடைக்கும் இடையில் இடைவெளி இருக்கும்படி உடம்பு காட்சி தரும்படி அவள் ஆடை உடுத்தியபடி அன்றும் காட்சி தந்தாள். இருவரும் சந்தோஷமாகப் போக, 'அக்கா சர்ச்சுக்குப் போகிறீர்களா' என்று கேட்க விரும்பியவன் மனதைக் கட்டுப்படுத்தி அவர்களை அருகில் சென்று சந்திக்காமலே இருந்தான்.

நாட்கள் சென்றபோது, சில வாரங்கள் தன் தந்தை தேநீர் அனுப்பும்படி தன்னிடம் கூறாததால் குமார் அந்த அக்காள்களின் வீட்டுக்குள் போக வாய்ப்பு ஏற்படவில்லை. ஜன்னல்களும் கதவுகளும் மூடாமல் இருப்பதால் வீட்டைச் சுற்றி வளர்க்கப்பட்டிருந்த தென்னை, வாழை, பலா மற்றும் பல முருங்கை மரங்கள் வழி வீசும் ஒரு சுகமான காற்று எப்போதும் அவர்களின் வீடு வழி சுதந்தரமாக வீசியது. அதனாலோ என்னவோ குமாருக்கு அந்த வீட்டில் சந்தோஷம் நிரம்பியிருந்தது எனப்பட்டது.

அன்று அந்தச் சந்தோஷமும் காற்றும் நிரம்பியிருந்த அக்காள்களின் வீட்டில் குமாரின் வயதொத்த ஒரு நண்பன் தரையில் சிதறியிருந்த முருங்கைப் பூக்களை ஒரு நார்ப்பெட்டியில் அள்ளிக்கொண்டிருந்தான். நண்பன் குமார் ரோட்டில் நின்று பார்ப்பதைக் கண்ட குமாரின் நண்பன் குமாரை 'வா' என்று அழைக்க ஏதோ ஒரு தயக்கம் மனதை வருட, குமார், 'வரவில்லை' என்று முதலில் சொன்னாலும் 'வாடா' என்று நண்பன் மீண்டும் அழைத்ததால் தயக்கத்தை உதறிவிட்டு ரோட்டிலிருந்து பள்ளமாகயிருந்த தரையில் போய் நண்பனிடம் 'எதற்கு முருங்கைப் பூவை அள்ளுகிறாய்' என்று கேட்டான்.

'என் அம்மா அள்ளிக்கொண்டு வா என்றாள், என் தங்கைக்குக் காய்ச்சல். பூவைக் கஞ்சி போட்டுக் கொடுத்தால் காய்ச்சல் குறையுமாம்' என்றான் நண்பன்.

'அப்படியா'

'ஆமா'

'காய்ச்சலுக்கு முருங்கை இலையைக் கஞ்சியாகக் காய்ச்சிக் குடிப்பார்கள். பூவும் காய்ச்சிக் கொடுப்பார்களா?' என்று கேட்டான் குமார்.

'ஆமா இலையையும் கொண்டு வா என்று தான் அம்மா சொன்னாள். வீட்டுக்காரர்களிடம் கேட்காமல் இலையைக் கிளையுடன் ஒடிக்கலாமா? திட்டுவார்கள் அல்லவா' என்று நண்பன் கேட்க, 'நில்' என்று ஒரே ஓட்டமாய் ஓடிக் கிழக்குப் பக்கமாய் இருந்த நீண்ட படிவழி திறந்து கிடந்த வீட்டில் ஏறி உள்ளே போனான் குமார்.

நண்பனின் பார்வையில் சற்றுநேரம் படவில்லை குமார்.

வீட்டினுள் யார் இருக்கிறார்கள் என்று நாலாப்பக்கமும் தேடினான். மூத்த அக்கா மட்டும் இருந்தார். அக்கா என் சிநேகிதன் வீட்டில் யாருக்கோ காய்ச்சல், முருங்கை இலை பறிக்கட்டுமா என அவன் கேட்கிறான் என்று அக்காளிடம் அனுமதி பெற்றான் குமார்.

குமார் திறந்து கிடக்கும் ஜன்னல்களையும் கதவுகளையும் பார்த்தான். வழக்கம் போல வீசும் காற்று மீண்டும் அவன் மனதில் சந்தோஷத்தைத் தந்தது.

அங்கும் இங்கும் பார்த்தான். சற்றுத் தயங்கினான். அக்கா பைபிள் வாசித்துக்கொண்டிருந்தார். அப்போது 'பைபிள் வாசிக்கிறீர்களா அக்கா?' என்று குமார் எப்போதும் சந்தோஷமாக இருக்கும் அக்காளைப் பார்த்துக் கேட்டான்.

'ஒனக்கு பைபிள் பற்றித் தெரியாது இல்லையா, வாசிச்சா, நம் மனதில் இருக்கும் பயம் போகும். எனக்கு அடிக்கடி பயமா இருக்கும்போது, இந்தப் புத்தகத்தை எடுத்து எனக்குப் பிடித்த வாக்கியங்களை வாசிப்பேன். அப்போது என் பயம் போய்விடும். தைரியம் உண்டாகும்'.

‘அக்கா இப்ப ஒங்களுக்குப் பயம் இருக்கா?’.

‘இருந்த பயம் போய்விட்டது குமார்.’

எப்போதும் சந்தோஷமானவர் என்று தான் கருதிய இந்த மூத்த அக்கா பேசியது கேட்டுப் புரியாதது போல் உணர்ந்தான். இந்த அக்கா நல்லவர் என நினைத்தான். சின்ன அக்கா ரோஸியின் நினைவு வருவதைத் தடுக்க முடியாமல். அன்றும் ஆண்கள் அந்த வீட்டில் காணப்படவில்லை.

‘வருகிறேன் அக்கா’ என்று புறப்பட்டான்.

‘ரோஸி இருக்காளே, அவள் என்னைப் போலல்ல. தைரியமானவள். அவள் எங்கோ போயுள்ளாள்’.

எதற்காக இதைச் சொல்ல வேண்டுமென்று யோசனை வந்தபோது ரோஸி எதற்குத் தைரியமானவள் என்று குமார் யோசித்தான். அன்று பார்த்த காட்சியை நினைத்து நாணப்பட்டான்.

விரைவாய்க் காற்றில் நிரம்பியிருக்கும் வீட்டில் இருந்து புறப்பட்டான் குமார். தன் நண்பனிடம் சொன்னான்.

‘அக்காவிடம் சொல்லிவிட்டேன். எவ்வளவு வேண்டுமென்றாலும் முருங்கை இலையுள்ள கிளைகளை எடுத்துக்கொள், காய்ச்சலுக்குத்தானே. அக்கா அனுமதி கொடுத்துவிட்டார். அக்கா ரொம்ப நல்லவர்’ என்று சேர்த்துச் சொன்னான்.

குமாரின் நண்பன் முருங்கை மரத்தில் ஏறி, கிளை முழுவதும் ஒடிந்துவிடாமல் பார்த்துக் கவனமாகச் சாய்த்துக் கையை நீட்டி ஒரு புதிதாய் முளைத்த கிளையில் அதிக இலைகள் இருப்பதைக் குறிவைத்துச் சடக் என ஒடித்தான்.

இரண்டு அக்காள்களில் மூத்த அக்கா பயப்படுபவர். இளைய அக்கா பயப்படாதவர் என்று நினைத்து ஏதோ ஒரு குறுகுறுப்பு உடம்பை நெருட ஓடிவிட்டான் குமார்.

4

பஸ்

தாய் இறந்துபோனாள் என்ற செய்தி வந்தது. இவன் 500 கிலோமீட்டர் தூரத்திலிருந்து புறப்பட்டான்.

இவன் பெயர் எ.எஸ்.கே.ராஜன். தான் வாழ்ந்த நகரத்தில் தேநீர்க் கடையில் அமர்ந்திருந்தபோது செய்தி கிடைத்தது. வயிற்றில் ஏதோ ஒரு பதற்றமும் பயமும் பரவின.

பஸ் வரவில்லை. இரண்டு மணிநேரமாய்க் காத்துக் கொண்டிருக்கிறான். பக்கத்துக் கடையில் நுழைந்தான். குடித்துக்கொண்டிருந்த தேநீரை முழுவதும் குடிக்க வேண்டுமா என்று ஏனோ ஒரு யோசனை வந்தது. தேநீர்க் கடை ஒரு பெரிய ஆலமரத்தின் அருகில் இருந்தது. இரண்டு காகங்கள் கரைந்தன. முழுவதும் குடிக்காத தேநீர்க் கப்பை வலது கையில் எடுத்து டப் என்று வைத்துவிட்டு வலது சட்டைப் பாக்கெட்டில் கைவிட்டு பணத்தைக் கொடுத்துவிட்டுக் கடைக்கு வெளியில் வந்தான். காலையில் கடையில் கொடுத்து இஸ்திரி போட்ட நீலநிறச் சட்டையை அணிந்திருந்தான். இவன் எ.எஸ்.கே.ராஜன். ஏன் இன்றுபோய் இந்த நீலநிறச் சட்டையை அணிந்தேன் என்று ஒரு கேள்வி இவன் மனதில் வந்தது.

தேநீர்க் கடை மூன்று ரோடுகள் சந்திக்கும் இடத்தில் இருந்தது. ஆலமரமும் நின்றது.

ஆகாயத்தை, தேநீர்க் கடைக்கு வெளியில் இறங்கி ரோட்டில் வலது அடியை எடுத்து வைத்தபோது, பார்த்தான்.

கரைந்த இரண்டு காகங்களின் ஞாபகம் ஏனோ வரவில்லை.

இவன் சந்திப்பில் நின்று நீளமாய்த் தெரியும் ரோட்டைப் பார்த்தபோது அந்த ஊரில் அதிகம் காணப்படும் சாதாரண சைக்கிள் ஒன்றில் ஒருவன் வேகமாக வந்து, இவன் நின்ற இடத்தில் வலது பக்கம் கிளை பிரியும் ரோட்டில் திரும்பி ராஜனை இரண்டு முறை பார்த்துவிட்டு, வந்ததுபோல வேகமாகச் சென்றான். முஸ்லீம்களின் குடிசைகள் அதிகமாகக் காணப்படும் ஊரின் பகுதி அங்கு இருந்தது.

எ.எஸ்.கே.ராஜன் தன் ஊரிலிருந்து 500 கிலோமீட்டருக்கு அப்பால் இன்னொரு மொழி பேசும் ஊரில், 200 பேர் வேலை செய்யும் அலுவலகத்தில் குமாஸ்தாவாக இருந்தான்.

திரும்பவும் தேநீர்க் கடையில் காணப்படும் இரண்டு பத்திரிகைகளைத் திருப்பித் திருப்பிப் பார்த்துவிட்டுச் செய்திகளின் தலைப்புகளை வாசித்தான். பஸ் வர நேரமாகும்.

தன் தாய் மரணம் பற்றி இந்த நடுத்தரமான கிராமமும் அல்லாத - நகரமும் அல்லாத ஊரில், யாருக்கும் அக்கறை இல்லாதது அவனை ஆச்சரியப்படுத்தவில்லை. இன்னொரு மொழி பேசும் நகரத்தில் பலர் அரசியல் பேசலாம் என்று நினைத்தான். அப்போது 'யாராவது இந்த ஊரில் தற்கொலை செய்தார்களா? சமீபத்தில்', என ஒருவன் வந்து கேட்டுவிட்டு, இவனைப் பார்த்து 'சிகரெட் வேண்டுமா?' என்றும் கேட்டுவிட்டு இவன் 'வேண்டாம்' என்று தலையாட்டிச் சொன்னதைப் பார்த்துத் திருப்திப்பட்டவன் போலப் புறப்பட்டான்.

இவன் ஏதோ சொல்லவந்ததை அவன் பொருட்படுத்தவில்லை. தாடி வளர்த்திருந்தவன் அவன். இடது கையால், தெரியாத எதையோ காற்றில் அசைத்துப்பார்த்தான். அவன் ஏன் பொருட்படுத்தவில்லை எனக் கேட்கத் தோன்றியதுபோல் சைகை செய்தான்.

மூன்று ரோடுகளும் தான் நின்ற இடத்தில் சந்திப்பதும் தான் நிற்பது, பல வருடங்களாய் - இருநூறு முன்னூறு வருடங்கள் - இருக்கும், ஓர் ஆலமரத்தின் கீழே என்பதும் ஏனோ மிக முக்கியமான சிந்தனை என்பதுபோல் யோசித்தான்.

தன் பௌன்டன் பேனா இடது பக்கத்தில் சட்டைப் பையில் இருப்பதுதான் சரியானது என்று தனக்குள்ளே சொல்லிக் கொண்டான்.

சைக்கிளில் - அது சாதா சைக்கிள் - வேகமாக, முன்பு வந்தவன், இப்போது மீண்டும் காணப்பட்டான். எ.எஸ்.கே.ராஜன் நிற்பதை அங்கீகரிப்பவன் போலத் திரும்பிப் பார்த்து வாயில் இருக்கும் பீடியின் புகையைக் காற்றில் ஊதினான் அவன். பின்பு வந்த வேகத்தில் தூரத்தில் போய் மறைந்தான்.

'டப் டப்' என்ற சத்தம் மூன்று ரோடுகளில் இடது பக்கம், இவன் நின்றதின் பின்புறம் கேட்டது.

ஒரு கூத்தாடி பழைய கிழிந்த நாடக அலங்கார உடையில் வந்தான். தரையில் ஒரு குரங்கு ஒரு சிறிய முரசில் ரப்பரால் கட்டப்பட்ட குச்சிகளை 'டபட் டபட்' என ஒலிவரும்படி அடித்தபடி நடந்தது.

சிறுவர்கள் சத்தமில்லாதபடி, குரங்குக்குப்பின் நடந்தனர்.

அது ஒரு சவ ஊர்வலம் போவதுபோல இருந்தது என்று நினைத்தான்.

அப்போது ஏனோ யாராவது இந்த ஊரில் தற்கொலை செய்தார்களா, சமீபத்தில் என்று கேட்டவன் பற்றி நினைவு எழுந்தது.

தன் தலைமீது கிளைபரப்பிய ஆலமரத்தின் கிளைகளின் இடைவெளி வழியாகச் சூரியன் இவன் முகத்தில் கதிர்களை அள்ளி இறைத்தது.

ஒரு காளை வண்டியில் பிரபலமான நடிகனின் சினிமா, பக்கத்து ஊர் டூரிங் டாக்கிஸில் மூன்று நாள் மட்டும் ஓடும் என மைக்கில் விளம்பரம் செய்தவன் வேகமாகக் காளைகளை விரட்டிக்கொண்டுப் போனதைப் பார்த்தான்.

தன் உடலில் மெதுவாகக் காற்று வீசுவதை உணர்ந்தான். இரவில் இருந்த குளிர் அழகாகத் தெரிந்த இளஞ்சூரிய ஒளியில் மறைய ஆரம்பித்தது.

இவன் நின்ற இடத்திலிருந்து எதிரில் தெரியும் நீண்ட ரோட்டில் வலது புறம் சுமார் 50 அல்லது 60 அடி தூரத்தில் மூன்று வீடுகள். ஒவ்வொன்றும் ஒன்று, இரண்டு, மூன்று என முருங்கை

மரங்களின் பின்பு ஒட்டியபடி காணப்பட்டன. நடுவில் இருந்த வீட்டிலிருந்து ஒரு பெண்மணி தரையிலிருந்து சுமார் 3 அடி உயரமாக இருந்த வீட்டின் முன்னறையிலிருந்து மெதுவாகப் படிகள் வழி இறங்கினாள். எதற்கு இறங்கினாள் என்பதைத் திடீரென மறந்துவிட்டவள் போலத் திரும்பி அதன் மூன்று படிகளில் வலது கையால் சேலையை வசதியாய்த் தூக்கியபடி ஏறினாள்.

அவள் செயல், அதாவது மறந்துபோய் இறங்கியவள் பற்றிய காட்சி இவனுக்கு மர்மமாய்ப் பட்டது.

தாய் பற்றிய தந்தியைப் பிரித்துப் பார்த்துவிட்டு அப்படியே நின்றான். இவனுக்கு ஓர் அண்ணன் உண்டு. ஊரில் விவசாயம் செய்பவர். அவருக்குப் பள்ளியில் படிக்கும் இரண்டு பிள்ளைகள். இரண்டு பேரும் ஆண் பையன்கள். தன் அண்ணன் ‘எனக்கு இரண்டு ஆண் பையன்கள்’ என்று எல்லோரிடமும் போய் நின்று அதைச் சொல்கிறான் என்று இவனுக்குத் தோன்றும். இரண்டாவது பையனின் ஒரு கால் சற்று குட்டையானது. நடக்கும்போது தெரியும்.

எ.எஸ்.கே.ராஜனின் கவனம் மீண்டும் தூரத்தில் தெரியும் நீண்ட ரோட்டில் சென்றது. தோளில் கிடந்த பிளாஸ்டிக் பையைக் காரணமில்லாமல் ஏதோ ஒரு முக்கியமான பொருள் இருப்பதுபோல் தடவிப் பார்த்துக்கொண்டான். பஸ் வராதது பற்றி யோசனை ஏற்படாத மனநிலையில் ஏன் நிற்கிறேன் என்ற கேள்வி, ஏனோ அவனுக்கு ஏற்படவில்லை.

தாய் கூறியும் திருமணம் செய்யாமல் விட்டேத்தியாய் வாழும் தன்னைப் பற்றிய அக்கறை தனக்குக்கூட இல்லை என நினைத்தான்.

தினம் காலையில் தனக்குப் பிடித்த வகையில் ஒரு டின்னில் இறுக அடைத்து வைத்திருக்கும் தேயிலையை எடுத்து எலெக்டிரிக் அடுப்பில் சூடுபண்ணி, ஏற்கெனவே சூடு பண்ணிய பாலை விட்டுச் சரியான அளவில் சர்க்கரையும், இவன் ஒரு எக்ஸிபிஷனில் வாங்கிய சிவப்புப் பிடியுள்ள கரண்டி மூலம் போட்டுக் கலக்கி, மிருதுவாக நாவில் தொட்டுச் சுவைப்பவன் இவன்.

தந்தியை மீண்டும் தனது மணிப்பர்ஸின் ஒரு மடிப்பிலிருந்து எடுத்து விரித்துப் பார்த்துவிட்டுக் கண்களைச் சுருக்கித் தூரத்தில்

பார்த்தான். அந்தத் திசையிலிருந்துதான் பஸ் வரும். அந்த பஸ் ஒரு தனியார் கம்பெனி பஸ்.

‘டபட் டபட்’ என்ற சத்தம் இப்போது கேட்காத தூரத்தில், ஆனால் காட்சியில் இன்னும் தெரியும் தூரத்தில், அந்த நீண்ட ரோட்டில் முன்பு பார்த்த குரங்கு, முரசு அடித்தபடி சென்று கொண்டிருந்தது. ஒருவேளை ‘டபட் டபட்’ என்ற சப்தம் இன்னும் கேட்டபடி இருக்கிறதோ! தனக்கு மட்டும் அந்த ஓசை கேட்காதபடி இருக்கிறதோ என்று ஒரு சிறு சந்தேகம் வந்தவுடன் வந்த அதே வேகத்தில் மனதிலிருந்து அகன்றும் விட்டது.

அந்தப் பெண்மணி படிகளில் மீண்டும் வந்து இறங்குகிறாளா என்று பார்த்தான். மூடிய கதவு மூன்று அடி உயரத்தில் திறக்கப்படாமல் அப்படியே மூடியபடியே இருந்தது.

பீறிட்ட உணர்ச்சிப் பிரவாகம் இதயத்தைப் பிழிவதுபோல் தடுக்கமுடியாதபடி இவனுக்குள்ளேயிருந்து எழுந்தது.

நீண்ட பாதையைப் பார்த்தபடி ஏனோ திரும்பி நின்று இடதுகையை எடுத்து விரல்களைச் சேர்த்து முகத்தை இரண்டு மூன்றுமுறை துடைத்தான்.

தந்தியை இந்தமுறை எடுக்கலாமா என்று யோசனை வந்தாலும் எடுக்கவில்லை.

பின்னால் இருந்த தேநீர்க் கடையைத் திரும்பிப் பார்த்தபோது ஆலமரம் பார்க்கவிடாமல் தடுத்ததால் இரண்டு அடி தள்ளி நின்றான். மீண்டும் சென்று அடுத்த வீட்டுக்காரன் மனைவியுடன் ஓடிப்போனவனைப் பற்றி எட்டுக்காலம் செய்தி போடும் பத்திரிகையைப் பார்க்கலாமா என ஆசை வந்தது. கால்கள் அசைய மறுத்ததால் செய்தித்தாள் படிக்கும் ஆசையை நிறைவேற்றவில்லை, அவன். ஆலமரத்தில் காற்று வீசியதால் இரண்டு இலைகளின் சருகுகள் இவன் தோளில் விழுந்தன.

ஒரு மனிதருக்கு ஏற்படும் மிகப்பெரிய துயரம் அவரது வாழ்க்கையில் தாயின் மரணத்தைச் சந்திப்பது என்று எங்கோ, எப்போதோ படித்தது இவன் மனதில் நிழலாடியது.

பஸ் வருகிறதா என்று இரண்டு அடிகள் முன்னால் எடுத்து வைத்துக் கண்களைச் சுருக்கிக் கவனம் பிசகாமல் தூரத்தில்

வேண்டுமென்றே பார்த்தான். பெரிய ரோட்டில் பள்ளிப் பிள்ளைகள் இருவர் ஓரமாய் நடந்து போய்க்கொண்டிருந்தார்கள்.

இப்படி ஏன் ஒரு யோசனை வந்தது என்று புரியமுடியாமல் 'பஸ் வராமலே போனாலும் நல்லதுதான்' என்றும் எண்ணலானான். ஆனால் மனதில் கடல் இரைச்சல் கேட்டது.

மீண்டும் இரண்டு காகங்கள். தரையில் இவன் நின்ற இடத்தில் 'பட் பட்' என்று கழுத்தை மீண்டும் மீண்டும் வளைத்துத் தரையில் எதையோ கொத்திக்கொண்டே இவன் நிற்பதைப் பொருட்படுத்தாமல் தத்தித்தத்தி நடந்துகொண்டிருந்தன.

தனது சட்டையில் தேய்த்திருந்த மடிப்புகள் சரியாக இருக்கின்றனவா என்ற சந்தேகம் திடீரென வந்ததால் குனிந்து சட்டையைப் பார்த்தான். பின்பு வலதுகையால் சட்டையின் கீழ் நுனியைப் பிடித்துச் சட்டையை இழுத்துவிட்டுக் கொண்டான்.

குழந்தையோ அல்லது யாரோ தூரத்தில் அழுததுபோல் இருந்தது. இவன் திடீரென்று பின்னால் பார்த்தபோது கைவிரல்களற்ற ஒரு குஷ்டரோகிப் பிச்சைக்காரன் இவனைப் பார்த்துப் பற்களை அகலவிரித்துச் சிரித்தான். ஏதும் இல்லையெனத் தலையாட்டியதால் பிச்சைக்காரன் புறப்பட்டான்.

நகரத்தில் ஒரு கழிவறையில் வெள்ளை நிறத்தில் இருந்த சுவரில் கருமையான எழுத்துக்களால் ஆண் உறுப்பைத் தீட்ட முயன்ற ஒருவனின் படம் பற்றி நினைத்தான். இவனுக்கு அந்தக் கழிவறை பிடிக்காததால் மூத்திரம் கழிக்காமல் திரும்பி வந்ததை நினைத்தான்.

அதுபோல் தடியனான ஒரு நடிகன் நடிக்கும் திரைப்படம் என்று எல்லோரும் பார்க்கப் போனதால் இவனும், நண்பர்களோடு போனான். தடியன் 'ஹா ஹா' என்று சிரித்தபோது இடைவேளை விடும் முன்பே ஒன்றுக்குக் கழிவறைக்குப் போனவன் அங்கு இரண்டு பென்சில் முனைகள் தீட்டப்பட்டிருந்ததைப் பார்த்தான். அவை எதன் குறியீடு என்று யோசனை வந்ததோடு மூத்திரமும் வராததால் திரும்பியதைப் பற்றி யோசித்தபடி நின்றான்.

இவன் பெயர் மறந்தது ஒரு கணம். மிகவும் பயம் பீடித்தது. என்றைக்கும் இனி தன் பெயர் நினைவில் வராமல் மறந்துபோகுமோ என்ற விசித்திரமான எண்ணம் வந்தபோது உண்மையிலேயே மிகவும் பயந்தான். அப்படி ஒரு பயம் தன்

வாழ்நாள் முழுக்க அனுபவித்ததில்லை என்று கூறும்படி உண்மையாகவே மிகவும் பயந்தான். இப்படி ஒரு பயம் வலிமையுடன் மனதைத் தாக்கமுடியுமா என்றிருந்தது அந்தப் பய உணர்வு. இதயக்காய்களை யாரோ பிடித்து இழுத்தது போன்ற ஒரு வலிமை மிக்க பயம்.

ஆலமரத்திலிருந்து ஓர் அணில் பொத்தென்று தரையில் விழுந்து சரளமாக வாலை உயர்த்தியபடி ஓடியது.

எதிரில் காணப்படும் சாலையில் ஒரு நடுவயது ஆணும் பெண்ணும் அருகருகே நடந்தபடி எதைப் பற்றியோ மிகவும் சீரியஸாய் விவாதித்தனர். முதலில் வலதுகையை எடுத்து ஆட்டி ஆட்டிப் பேசிய பெண் சற்று நேரத்தில் அமைதியானாள். இவர்கள் அந்த ரோட்டில் ஏதோ ஒரு வீட்டிலிருந்தோ, அல்லது அந்த ரோட்டில் வந்து சேரும் பாதையிலோ வந்து, நடப்பவர்களாக இருக்கும் என்று எண்ணினான்.

திடீரென்று பஸ் தன் அருகில் வந்ததுபோல் உடலில் நடுக்கம் தோன்ற பொட்டித்தெறித்தான். ஆனால் பஸ் வரவில்லை. ஏமாற்றமாய் உணர்ந்தான்.

எங்கிருந்தோ ஒருவன் எப்போது தோன்றிவந்தான் என உணரும்படி காணப்பட்டான். அந்நபர் யார் என்று இவனுக்கு ஒரு முடிவு ஏற்பட மனதில் போதிய நேரம் கொடுக்காமல், வந்து நின்றான்.

முஸ்லீம்கள் அணியும் வட்டவடிவமான வெள்ளைநிற ‘காப்’ அணிந்திருந்தான்.

‘எப்போது வந்தீர்கள்’ என்று மிகவும் பரிச்சயமானவன் போல் முகபாவம் காட்டிக் கேட்டான். இவன் ஏதும் சொல்வதற்கு முன்பே பின்புறம் எதற்கோ திரும்பிப் பார்த்தான்.

வலதுபுறம் காலருகில் ஒரு நாய் படுத்துக்கிடந்தது. அதன் காதுகள் இவன் நின்ற திசையில் வரும் சப்தத்தைப் பதிவு செய்வதுபோல் இவனது திசையில் திருப்பியிருந்தது.

அப்போது இவன் எதிர்பார்த்த பஸ் தூரத்தில் வருவது தெரிந்தது.

தாய் மரணச் செய்தியை நினைத்தபடி பஸ்ஸில் ஏறினான் எ.எஸ்.கே.ராஜன்.

0

5
குளமும் கல்லும்

'உன் அண்ணன், பேராசிரியர் சக்திதாஸ், என்ன சொல்கிறார்?' என அன்று மாலையில் குளித்து ஷாம்பூ போட்ட தலையுடன் தன் மடியில் கிடப்பவளும், மேற்கு வங்காளத்தில் பிறந்தவளுமான மோய்த்திரா என்ற அவளைக் கேட்டான் சரவணன்.

இருவரும் முப்பது வயதுக்குள் இருக்கும் இரண்டு ஆய்வு மாணவர்கள். விடுமுறையில் டெல்லியிலிருந்து மேற்கு வங்காளத்தில் இருக்கும் மோய்த்திராவின் வீட்டுக்கு வந்திருந்தனர்.

அவளுடன் விடுமுறையில் மேற்கு வங்காளத்தில் பங்களாதேஷ் எல்லைக்கருகில் ஒரு கிராமத்தில் குழந்தைத் தொழிலாளர்கள் பற்றிய ஒரு தலைப்பில் அவள் களஆய்வு செய்வதற்கு அவன் உதவுகிறான். இந்த ஆய்வு என்ற சாக்குப்போக்கில் வீட்டாரை ஏமாற்றி இருவரும் ஊர்சுற்றுகிறார்கள் என்றும் சொல்லலாம். இளம் பெண்ணாயினும் அவள், வங்காள மொழியில் இரண்டு சிறுகதைத் தொகுதிகள் வெளியிட்டிருக்கிறாள். அவளைச் சிறுகதை எழுத்தாளராய் உன் வாழ்க்கையை இலக்கியத்துக்கு அர்ப்பணித்துவிடு என்று தொந்தரவு செய்துகொண்டே இருக்கும் முகுல் சக்கிரவர்த்தி மோய்த்திராவின் பள்ளிக்காலத் தோழன். ஓர் இலக்கியப் பத்திரிகையைத் தன் பள்ளி

ஆசிரியன் தொழிலில் இருந்தபடியே கஷ்டப்பட்டு நடத்திக் கொண்டு வந்தான். தன் பள்ளிக்காலத் தோழி மோய்த்திராவின் பல கதைகள் அவனுடைய பத்திரிகையில்தான் வந்தன.

அவளுடைய அண்ணனும் இப்போது பேராசிரியனாக இருப்பவனுமான சக்திதாஸுக்குத் தன் தங்கை மோய்த்திராவை அவள் குறும்புத்தனத்துக்குப் பிடிக்குமே தவிர, அவள் கதை எழுதுவது ஏனோ பிடிக்கவில்லை. இலக்கியப் பத்திரிகை ஆசிரியனான பள்ளி ஆசிரியனோடு தொடர்பு வைத்திருப்பது பிடிக்காததால்தான் சக்திதாஸுக்குத் தான் கதை எழுதுவது பிடிக்கவில்லை என்று டெல்லியில் பழகிய தமிழ்நாட்டுப் பையனும் டெல்லியில் அவளுடன் ஆய்வுமாணவனாக இருப்பவனுமான சரவணனிடம் பலமுறை கூறியிருக்கிறாள்.

இன்று புல்லைப் பறித்தபடி தன்மடியில் தலைவைத்துப் படுத்துக் கிடக்கும் 24 வயது மோய்த்திரா திடீரென, தூரத்தில் புல்லுக்கடியில் ஏதோ அசையும் சப்தம் கேட்டுச் சரவணனை, பிடித்து எழுப்பித் தூரத்தில் போய் ஒரு சிறிய மரத்தில் தான் அப்போது அணிந்திருந்த தன் டைட்டான பாண்டுடன் ஏறினாள். அவனும் அந்த இடத்திலிருந்து எழும்பி புல்லடர்த்தியில்லாத இடத்தில் போய் நின்றான். ஏதோ தூரத்தில் நகர்ந்து மறைந்தது. சரி, விஷமில்லாத சிறிய பாம்பு என்றாள்.

மீண்டும் வேறொரு இடத்தில் போய் அவன் மடியில் படுக்க விரும்பி அழைத்தாள். அவன் கையில் ஒரு சிறு கல்லை எடுத்து அங்கிருந்த குளத்தில் குனிந்து குறிபார்த்து எறிந்தான். அது ஆறு ஏழு இடங்களில் நீரை அழித்து அழித்துப் பறந்தது.

அவள் ஒரு கல்லை எடுத்து அவனைப்போல் நீரில் அமிழாமல் கல் மீண்டும் மீண்டும் நீரிலிருந்து குதித்துக் குதித்துப் போகும்படி எறிய முயன்றாள். அவளுக்கு வரவில்லை. ஓரிருமுறை அவளுக்கு எறிவதற்குப் பயிற்சி கொடுத்தான் தமிழ்ப் பையன் சரவணன். அவன் கையைப் பிடிப்பதிலும் அவன் உடலோடு உரசுவதிலும் காட்டும் அளவு சிரத்தையை அவள் எறிவதில் காட்டவில்லை.

சுமார் ஒரு மணிநேரம் தோட்டத்தைப் பார்க்கலாம் என்று வந்தவனுக்கு குளத்தில் கல் எறிவதில் திடீரென ஏதோ ஒரு சுவராஸ்யம் வந்துவிட்டதுபோல் இருந்தது.

நான் தென்னிந்தியாவில் குளத்தில் கல்லெறிவதில் இப்படி ஒரு சுவாரஸ்யம் கண்டவன் என்று கூறி மீண்டும் கூர்மையான ஒரு கல்லை அதன் மண்ணைத் தன் பாண்டில் துடைத்துவிட்டு தான் பாண்ட் அணிவதே டெல்லி வந்த பின்புதான் என்று நினைத்துக்கொண்டே அவளிடம் கொடுத்தான் சரவணன்.

இப்போது பார், உன்னைப் போல் கல் சுழன்று சுழன்று நீரின் மீது ஓடும்படி எறியப்போகிறேன் என்று எறிந்தாள். முதல்முறை நீரைத் தொட்ட கல், மேலே எழவே இல்லை. அவள் இன்னொரு கல்லைக் கேட்டாள். அவன் பல இடங்களிலும் சிரத்தையாய்த் தேடி வடிவமான ஒரு கல்லை எடுத்து இப்போது உன்னால் முடியும் என்று கூறிக் கொடுத்தான். அவள் இறுகிய பாண்டுடன் கால்களை அகட்டிப் பலமுறை குறிபார்த்துவிட்டுப் பின்பு எறிந்தாள். தோல்விதான். கோவென்ற செயற்கையாய் அழுவதுபோல் பாசாங்கு காட்டினாள். இப்படியே அவன் அவளை ஒரு முறையாவது, வெற்றிபெற வைத்துவிட வேண்டும் எனத் தீரச் சங்கல்பத்துடன் இருந்தான். சுமார் ஒரு மணிநேரம் அதே இடத்தில் பலவிதமாய் உடலை வளைத்து வளைத்து அவளைக் குளத்தில் தன்னைப்போல் கல்லை எறிய வைக்க முயன்று கொண்டேயிருந்தான். அவள் முகத்தில் சிரிப்பு மறைந்தது. ஒருமணிநேர இறுதியில் அழ ஆரம்பித்தாள். அவன் வெறிகொண்டவன் போல மாறினான். கற்கள் அவர்கள் நின்ற இடத்தில் குவிய ஆரம்பித்தன. அவள் மௌனமாகவும், அழுதும், அவனைப் பார்த்து முறைத்தபடியும் எறிந்துகொண்டே இருந்தாள். அவன் இன்னொருவனாய் மாறி அவளை விடவே மாட்டான் என்பதுபோல் நடந்து கொண்டான். அவனுக்குள் புதிய ஒருவனைப் பார்த்த அவள் அதிர்ந்தாள். இறுதியில் ‘முடியாது போடா’ என்று கூறிவிட்டு வீட்டை நோக்கி ஓட ஆரம்பித்தாள்.

அவன் மொய்த்திராவை அதன்பிறகு என்ன காரணத்தாலோ, பார்க்கவே இல்லை. டெல்லியை விட்டும் போய்விட்டான். யார்யாரையோ கேட்டுப் பார்த்தும், எங்கெங்கோ தன் அண்ணன் பேராசிரியர் சக்திதாஸை அழைத்துக்கொண்டு போய்த் தேடியும் சரவணன் அவள் கண்ணில் படவில்லை.

⓿

6

வானத்தைப் பிளக்க முத்துக்குமார் எழுப்பிய ஆதிக்குரல்

சர்ச்சைகளும் பற்கடிப்புகளும் தொடர்ந்து கேட்ட மதுபானக்கடைகள் அவன் மனதில் வந்தன. அவனது மனதில் காலத்தின் ஏடுகள் என்னும் கொடுங்காற்று வீச ஆரம்பித்தது.

செடியின் கிளைகளில் இருந்து பூ இதழ்கள் உதிர்கையில் இரத்த வாடையும் பிணங்களைக் காணும் கனவும் தவிர்க்க முடியாதவை ஆயின. காலங்களைக் கடந்த ஒரு மனிதன் எழுந்து வந்தான். அவன், தான் தூக்கமும் விழிப்புமாகச் செய்யப்பட்டவன் என்று உணர்ந்து வானத்தின் அகண்டாகாரத்தைப் பார்த்தான்.

வானம் பேசியது.

கனவு அவனை வேகமான குதிரையாய் இழுத்துக் கொண்டு ஓடியது. கனவுக் குதிரையின் முதுகில் யாதோ ஒரு உடலைக் கட்டிய சங்கிலியின் இழுப்பு ஓசை, அவனையும் அவன் சுற்றுப்புறத்தையும் சலசலப்புக்குள்ளாக்கியது. அவனுடைய விதி, என்பது, காலங்களைச் சுமப்பதும் வீரனாக வாள்களை அடிக்கடித் தூக்கித் தூக்கி தோளும் கைகளும் காய்ப்புக்காய்த்துப் போனதால்

அவற்றைத் தடவிப் பார்ப்பதும். பயங்கரங்கள் தீர்ப்பெழுத பேனா தீட்டுகையில், பல மரணத் தீர்ப்புகள் காற்றில் கடைசி உச்சரிப்புகளாய் படபடத்தபோது அவன் புரண்டு படுக்கிறான்.

அப்போது ஒரு கறுப்புத் தேவதையின் உதடுகள் துடிதுடிக்க எழும் வறட்டுக் குரலில் கரகரப்புப் பாடல் அவனின் இரத்த நாளங்களிலிருந்து வருகிறது. குரலும் இரத்தமும் தூண்டிய பல நெடுங்காலங்கள், துந்துபி எழுப்பும் அவன் ஓர்மைகளில் கல்லில் சிலைகள் வடித்த ஓசைகளாய் நிறைகின்றன.

அவனைப் புரட்டி எடுக்கும் குமட்டலின் சதா காலத்தையும் பேசும் ஓங்காரக் கூச்சலில், அவனை வாட்டிய, கொடூரப் பறவையின் காட்டுமிருக பல்லசைவு அதில் துவம்சம் செய்யும் உடல் துண்டங்களாய் வீசப்பட்ட ஒரு பெருங்கனவில் ஒவ்வொரு இரவும்.

ஆண்டு 2009.

கனவின் தொடர்ச்சியில் தமிழ் வரலாற்றின் அடிமைத்தனத்தை உடைத்தெறிவேன் என்ற ஒரு கூட்டத்தினரின் கடைசிக் கட்டப்போர். உலகமெங்கும் அவர்களின் மொழியை - அது ஆதிவாசிகளில் இருந்து இன்றைய கணினி விற்பன்னர்கள் வரை - பேசும் மிகுபுராதனமான தாயின் கருப்பை வாசம் வீசும் சொற்களைக் கொண்ட மொழி - என்பதால் அவர்கள் போர்களில் வெற்றி பெறமுடியாதென உலகம் தீர்ப்பு வழங்கிய பிறகும், நடக்கும் போர்.

இவ்வளவையும் நினைவில் தாங்க முடியாமல் அவற்றைக் கனவாய் - இரவுகளில் மதுபாட்டில்களின் ரீங்கார ஒலியிலும் புயற்பறவைகளின் இறகுகளின் அசைவுகளிலும் - காண்பவன் அந்த மனிதன்.

இளைஞன்.

சிறுவயதில் கவிதை சொல்லும் இராப்பாடகர்களால் தாலாட்டப்பட்டவன். பெயர் முத்துக்குமார். ஞாபகம் வந்திருக்குமே. இது முத்துக்குமாரின் கனவுப் பிரதேசத்தில் முளைவிடும் அழிக்கப்படமுடியாத பயிர்களின் இலைகளில் பதியும் கறுப்பு மழையில் பேய்களாய் எழும்பும் உருவங்கள். கனவும் குரூரமும் சாவாசையும் கொண்ட அந்த மனிதனின் அந்தரங்கச் சங்கு ஊதிக் கொண்டேயிருக்கிறது. சங்கோசை

தீயாய்ச் செடிகளில் பல ரூபங்களில் முளைகளைத் தருகிறது. பூக்கள் இதழ்த் தீ நாக்குகளை நாலாப் பக்கமும் ஆயிரம் கைகளாய் அனுப்புகின்றன.

முத்துக்குமாரின் சுவாசக்கோசக் காற்றின் தீக்கங்குகளில், வெந்த நெஞ்சாங்குலைகளின் கண்கள், சடுசடுவென முன்னூறு தன்னினப் போர்வீரர்கள் ஈழத்தில் நந்திக்கடலில், சிங்களப்படைகளால் சுற்றி வளைக்கப்படப்போகும் காட்சியை, அது நடக்கும்முன்பே, காண்கிறது. கடலிலும் ஆறுகளிலும் தமிழ்மொழியின் பலகால இரவுகளின் படகுகள் அலைகின்றன. முன்னூறு உயிர்களாய் ஒருதலைவனை வேலியிட்டுக் காப்பாற்ற நடக்கும் கடைசி முயற்சியைப் பல நாட்களுக்கு முன்பே, எதிர்காலத்தில் நடக்கும் காட்சியாய், காண்கிறான் முத்துக்குமார்.

நந்திக் கடலுக்கும் அவன் - முத்துக்குமார் - வாழும் சென்னைக்கும் நடுவில், கனவில் ஒரு யானைப்பிளிறல் நரம்பு வலைப்பின்னலாய் நீள்கிறது. சிங்களப் படைத்தலைவன் - பெயர் காமினி கத்துகிறான். நம்பிக்கைகளைக் கருவறுப்பதாய்க் கொக்கரித்த அந்த ராட்சசனின் உடல் அந்த முன்னூறு உடல்களில், ஒன்றுதானா? செத்த பின்னும் பேய்களாய் அலைந்து பயத்தைக் கால்நகம் வழி ஏற்றிக்கொண்டிருக்கும் அந்த மனிதனை வானத்திலும் மேகத்திலும் காற்றிலும் பார்க்கிறான் காமினி.

கதறல் ஓர் ஊளையிடும் காட்டு நரியாய் நாலுதிசையாய் ஆணி அடிக்கிறது. ஓர் ஆணி, பல ஆணிகளாய்ப் பறந்து உலையில் ஊதப்படும் நெருப்புக் குடை விரிக்கிறது. காட்டுப் பூனைகள் தம் இமைகளில் மரம் வளர்த்துப் பிடுங்கி நாலாத்திசைகளிலும் கூக்குரல் மேல் கூக்குரல் என யுத்த வெறிக்கொடி பறக்கிறது.

2009 ஆண்டு மே மாதம் 17ஆம் தேதி. 800க்கு 800 சதுர அடியில் உலகின் எட்டுக்கோடி தமிழ்மொழி பேசுபவர்களின் சார்பில் ஒரு சிறு நாடு கேட்பவனின் ஆசை என்னும் நெருப்பை அழிக்கச் சுற்றி வளைக்கும் சிங்களப்படை.

சென்னையில் - தூங்காமல் செய்தியை எல்லாத் திசைகளிலும் ஓர் உடலற்ற நாலு கால் பிராணியாய் ஓடியும் நகர்ந்தும் கேட்டு அந்தத் தலைவனைத் தோற்கடிக்கும் சக்திகள் பெறும் ஆக்கத்தைப் பற்றிக் கேள்விப்படும் ஆயிரக்கணக்கான இளைஞர்களில் ஒவ்வொரு இளைஞர்களும் உறக்கமில்லாமல்

நிழல்களாய் நகர்கின்றனர். விழித்துக்கொண்டே அசைவின்றி நின்றவாறும், அமர்ந்தவாறும் தூங்குகின்றனர்.

எல்லோரும் இறப்பின் மயான ஆழத்தில் படிப்படியாய் முடிவற்ற ஆழமான நினைவுக் கிணற்றில் இருளைக் குறிவைத்து இறங்குகின்றனர். இன்னும் இறங்குவதற்கு மீதமில்லாப் படிகளின் இன்மையில் பலமாய்க் கால் வைக்கின்றனர். தனியாய் முத்துக்குமார் தன் பயணத்தை ஆரம்பிக்கின்றான். ஒரு புல்லாங்குழலின் இசைக்கோடு தீப்பிடித்தால் ஆயிரமாயிரம் நரிகளின் ஊளைகளின் உடல் வடிவின் தலையில் இடி விழுந்து அந்த இடி ஒரு பூங்கொடியாய்த் தீய்ந்து புகைந்தது. நீதி சொல்லும் தேவதைகள் வெள்ளைவெளேர் என ஆடையுடுத்தி நீதிப் புத்தகத்தை ஏந்தியபடி கண்களின் கீழே கறுப்பு மை பூசி புன்னகைக்கின்றதை அந்த இளைஞன் காண்கிறான். நீதி தேவதைகளும் தோற்கப்போகின்றனரோ என்று கேள்வி கேட்கின்றான். மனநோய் முற்றுகிறது. வானத்தில் சிறு இறகசைவுகளுடன் ஓடங்கள் புறப்படுவதைக் கண்டு ஆசுவாசக்காற்று நாலாத் திசைகளிலிருந்தும் புசுபுசுவென வீச வீச சூறைக்காற்று ஒரு கண்ணில், முதலில் உருவாகி பிறகு பலநூறு கண்களில் ராட்சச உறுஞ்சு குழாய்களாய் ஊதிக் கொண்டேயிருக்கின்றன.

மூன்று பிணங்கள், நாலாப்புறமும் மெழுகுவர்த்திகள் புடை சூழ, சாவு என்னும் மேடையில் ஏறி நர்த்தனம் புரிகின்றன. ஆயிரம் இறக்கைகளை உடலாய்க் கொண்ட ஓர் அபூர்வப் பறவை சிகப்பும் வெள்ளையுமான தூவிகளால் அசைவு காட்டிக்கொண்டு தோன்றியபோது கூட்டுப் பிரார்த்தனை செய்யும்முக்காடு பெண்கள் வழிவிட்டு எழுகின்றனர்.

முத்துக்குமாரின் கனவு முடிவுக்கு வருகிறது.

அவன் தன்னை அழிப்பதற்கான இரவுச் சடங்குகளை அவன் மொழியில் கட்டப்பட்ட கோட்டையில் காலங்களால் ஆன உடலுடன் தோன்றிய சிலரான கால மனிதர்கள் செய்ய ஆரம்பித்தனர்.

நந்திக் கடலில் மூன்று பிரிவுகளாய்த் தமிழ் வீரர்கள் பிரிகின்றனர். இறுதிப் போரில் சிங்களப் படைகளால் கொல்லப்படும் காட்சியை முத்துக்குமார் அந்த யுத்தம் நடக்கும் முன்பே காண்கிறான்.

இரண்டாவது படை அணியை சார்லஸ் ஆன்டனி தலைமை தாங்குகிறான். அவனும் அவனுடைய சிறு குழுவும் அழிக்கப்படுகின்றனர்.

முத்துக்குமாரின் கனவே தூக்கமாகிறது. உடல் அழிகின்றது. உடல் நிழலாகிறது. உடல் நிழல் கையை நீட்டுகிறது. செங்கல்லால் ஆன சுவர், நடந்து வந்து அவனின் கைவிரல்களில் தெரிந்த வெறிநாயின் மூர்க்கமான பற்களிடம் ஏதோ பேசுகின்றது. பயந்துபோய் கைவிரல்களை இழுத்து, கைகளை வேறுதிசைக்கு மாற்றமுயல்கிறான். நீட்டிய கையின் நாலாபக்கமும் வெறிநாய் பல்லைப்போன்று கடிக்கும் செங்கல் கட்டடம் கையை அசைக்க முடியாதபடி இறுக்குகிறது. உடலில் ஒவ்வொரு பாகமும் வெறிநாய்ப் பற்களால் செய்யப்பட்ட செங்கல் கான்கீரிட் இறுக்கத்தில் பொறிக்குள் சிக்கிவிட்டதை அவன் உணர்கிறான். உடலும் ஆன்மாவும் பெரிய பறவையின் கால் நகங்களால் கிழிக்கப்படப் போகின்றன என கனவு எழுதிக் கொண்டேயிருக்கிறது, தனது கையிலுள்ள கூர்தீட்டிய இரண்டடி நீள எழுத்தாணிகளின் உதவியால். உணர்வுகள் செத்துப்போவதும் உயிர்பெற்று எழுவதுமாக முத்துக்குமாரின் இறுதிக் காலம் விதியோடு விளையாடுகின்றது. சாவுக்கதை, கான்கீரிட் சுவர்களால், மீண்டும் மீண்டும் முனகலாய் இன்னும் சாகாத அவனுடைய காதுகளில் தூரத்திலிருந்து சொல்லப்படுகிறது.

சிங்களப் படைவீரர்கள். தமிழர்கள் கண்ட கனவின் ஒரு பகுதியான சிறு நாடு ஒன்று உருவாக விடமாட்டோம் என்று கூக்குரலிட்டபடி கொன்று தள்ளியபோது ஒருடலைக் கண்டு இதுதான் தலைவன் என்று முதலில் வேறொரு உடலைக் கொண்டு வந்தனர். 'அதுதானோ உங்கள் தலைவன்' எனப் பிடித்து வைத்திருந்த ஒரு கை வெட்டப்பட்ட சுமார் 500 தமிழ் வீரர்களை அழைத்துவந்து காட்டினர். தரையில் கிடந்த உடலில் ஏறிநின்று 'இதுதானா உங்கள் தலைவன்' எனக் கேட்டனர். இல்லையென, ஒரு கையுடன் நின்ற தமிழ் வீரர்கள் இடதுபுறமும் வலதுபுறமும் தலையை அசைத்தனர்.

மீண்டும் தேடுங்கள், சிங்கள ஆணைகள் புறப்பட்டன.

முத்துக்குமாரின் கனவு தரையிலிருந்து எழமுடியாதபடி அவன் காதுக்குள்ளிருந்து வேர்இறக்கிய, ஆலம் விழுதுகள்

மொத்த தமிழின் இதயக்காயின் ரத்தநாளங்களில் இறங்கி இறுகின. முத்துக்குமார் தன் மயக்கச் சாகரத்தின் ஆயிரமாம் அடிக்குக் கீழே விழுந்து கிடந்தான். முடிவு செய்யப்பட்ட அவனின் அழிவுக்கான தீர்ப்பை மீண்டும் மீண்டும் வாசித்துக் கொண்டாடின, நீதிப் புத்தகத்துடன் காணப்பட்ட தேவதைகள்.

அவன் மயக்கத் திரையைக் கிழித்தெறிந்தது அவனின் இரத்த அலையிலிருந்த நினைவைத் தாண்டிய ஓர் உந்துதல்.

அப்போது ஒரு கறுப்பு ராட்சச வாயுடன் சூரியக் கதிரை உடையாய் அணிந்து மாட்டு வாய் போன்ற ஒரு வடிவம் அவனை நோக்கி வந்தது. அந்நேரம் அவன், அவனுடைய உயிரும் உடலும் இரண்டாய்ப் பிரிந்து கிடந்ததைக் கண்டான். இடதுபுறமும் வலதுபுறமும் அசைத்துக் கறுப்பு ராட்சச வாயுடனும் தனது சூரியக் கதிராடையுடனும் காணப்பட்ட உருவம் அவனுடன் காலக்குரலில் பேச ஆரம்பித்தது.

பேச்சின் ஒவ்வொரு எழுத்தும் முத்துக்குமாரின் மூல ஞாபகத்தில் உறைந்திருந்த வேதனையை மீட்டு எழுப்பிவிட்டது. அவன் தாங்க முடியா வேதனையை அலறலாய் மாற்றிக் கொண்டிருந்தபோது அவனது நெற்றி இரண்டாய்ப் பிளந்தது.

அப்போது தமிழ்தெரியாத பெண்கள் கோடம்பாக்கம் ஸ்டுடியோக்களில் முன்பக்கத்தையும் பின்பக்கத்தையும் ஓரடி தூரத்துக்கு நீட்டி நீட்டி ஆட அக்காட்சிகளைத் தொலைக்காட்சிகள் காட்சியாய் மாற்றின. தமிழ் ஓர்மையற்ற சினிமாக்காரர்கள் மேக்கப் போட்டு ஆடி ஆடி மகிழ்ந்தபடி இருந்தனர்.

மீண்டும் ஒருமுறை ஆதிமனிதக் குரல், திடீரென வானத்தைப் பிளக்க முத்துக்குமாரிடமிருந்து எழுந்தது.

அவன் நெற்றி இன்னொருமுறை பிளக்கப்பட்டது. மின்னல் வெட்டியது. அவன் நெற்றி வழி வெளியே தெறித்த மூளைச் சிதறலில் இருந்து ஒரு பனையானது தீப் பற்றியபடி வானை நோக்கி மேலெழுந்து பறந்தது.

நந்திக்கடலில் இன்னொரு திசையில் சிங்களப் படைகள் கூச்சலிட்டன. அந்தப் படைக்குழுவின் வைர்லஸில் ஒரு பெயரைப் பயபிராந்தியுடனும் வெற்றிக் களிப்புடனும் உச்சரித்தனர்...

முத்துக்குமாரின் மூளைவிதைகள், அவன் உடம்பெங்குமிருந்து சிதறிய திசுத் துண்டுகளில் வாய்களை உருவாக்கின. ஒவ்வொரு திசுத்துண்டு வாயும் ஒரு புராதன இனத்தின் புலம்பலை ஒரே முழக்கமாய் எழுப்பிற்று.

சற்று நேரத்தில் வானத்தில் கருமேகக்கூட்டங்கள் கூடி முழக்கமும் தூரத்து இடிச் சத்தமும் உருவாயின. மின்னல் கொடிகளை இயற்கைத் தாய் தன், சடையாய் வீச ஆரம்பித்தாள்.

மழை பெய்யுமா? மழை பெய்யுமா?

முத்துக்குமாரின் ஆன்மாவின் தூரிகை எழுத்து அவனுடைய உருவத்தை இரத்த சாயத்தால் தீட்டியது. ஒன்று இரண்டு மூன்று, நூறு, ஆயிரம், பத்தாயிரம் என எண்ணமுடியாத பிரதிகளில் அவனுடைய ஓவியத்தை உருவாக்கி தமிழ் பேசுபவன் ஒவ்வொருவனின் இன்றுவரை பிறக்காத சந்ததிக்காக - தோன்றிய விந்துவுக்குள்ளும் - இனி எப்போதோ எதிர்காலத்தில் உருவாகப் போகும் விந்துவுக்குள்ளும் பதிக்கப்பட்டன. எதிர்காலத்தில் இந்த இனத்தின் ஒரேயொரு மனித மூளை கூட முத்துக்குமாரின் வடிவத்தை மனத்திலிருந்து கழற்றி வீச முடியாதபடி ஒரு புராதன விதி அன்று உருவானது.

வானம் நாலாப்பக்கமும் இருட்டிவிட்டது. கிழக்கு, மேற்கு, தெற்கு, வடக்கு எல்லா இடத்திலும் சோவெனக் கொட்டோ கொட்டு என மழை. மழையின் நிறம் மெதுமெதுவாக மாறி சிவப்பு நிறமானது. சிவப்பு மழை இரத்த மழை. அப்படிச் சிவப்புநிறம் கூடியபடியே இருந்தது.

தூரத்தில் சற்றுதூரத்தில் கடலலை நெஞ்சிலடித்துக் கதறும் இயற்கைத் தாயானபோது சிங்களப்படையின் சிறுகுழுவின் தலைவன் கத்தினான். தமிழர்களின் ராஜா என்று தன்னை அழைத்தவனை இதோ கொன்றுவிட்டேன்.

அதற்குள் கொழும்பில் கொண்டாட்டங்கள் நடந்தன. மூன்று பிரிவுகளில் மூன்றாவது படைக்குழு நாலாப்பக்கமும் சுற்றி வளைத்துக் கடைசித் தமிழ் வீரன் வரை எதிர்த் தாக்குதல்கள் நடத்தியபோது அவர்களைக் கொன்றோம் என்ற இந்தத் தகவல்களைச் சிங்களக் கமாண்டர் எழுதினான்.

முத்துக்குமார் ஏற்கெனவே இந்தச் சாவுகளைத் தன் இறப்புத் திரைச்சீலையில் மங்கலான படமாய்ப் பார்த்தான். சாவுக்கும்

மயக்கத்துக்கும் நடுவில் தொடர்ந்து கைகளை நீட்டியபடியே துழாவினான். தன் ரத்த நாடி ஒரு செங்கல்லுக்குள் சிமெண்ட் வைத்து இறுக்கப்பட்டதுபோல் உணர்ந்தான். சாவில் மயக்கம் அடைந்ததிலிருந்து தன்னை விடுவிப்பதற்கான பலம் ஏதோ ஒரு பழைய பறையடிக்கும் ஓசையிலிருந்து தனக்கு வந்ததை மகிழ்ச்சியோடு வரவேற்றான் முத்துக்குமார்.

கண்கள் மட்டும் விரிவாகிக்கொண்டே போனதைக் கண்டு வியப்படைந்தான். மனதிலிருந்து சிறுசிறு பூச்சிகள் தங்கத்தால் ஆன வாய்களுடன் எழுந்து அவன் புலன்கள் என்னும் காற்றில் பறந்தன. எதிர்காலத்தையும் பழங்காலத்தையும் காணும் ஆற்றல் பெற்றான். என்றைக்கும் அவன் பார்வை பறந்து பறந்து எல்லாம் பார்த்தது. உள்ளேயும் பார்த்தது; வெளியேயும் பார்த்தது.

வாராது வந்த மாமணியைத் தோற்போமா என்று வாழ்த்துப்பா வானில் எழுந்தது. இந்தியாவின் தென்திசை வானம் அது.

நந்திக் கடலில் கர்னல் ரவிப்ரியா என்ற சிங்களக் கமாண்டர் தமிழ்த்தலைவனின் உடலைப் பார்க்கிறான். எனினும் ராணுவ உடையுடன் காணப்படும் அந்த உடலை, அம்மணமாக்கி எல்லோரும் கேலி பேசுகிறார்கள். சந்தேகத்தைத் தீர்ப்பதற்காகக் காட்டிக்கொடுத்த எட்டப்பனை அழைத்து வருகிறார்கள். கருமை குடிகொண்ட மனமுள்ள அந்த எட்டப்பன் தமிழ்த் தலைவனைக் கடைசியாய் வந்து அடையாளம் காட்டுகிறான். எட்டப்பன் முகத்தில் ஒரு சிறுநகை தோன்றி மறைகிறது.

இக்காட்சியை எழுதிய சிங்களக் காமண்டர் இப்படி இரண்டு பத்திகள் எழுதுகிறான்.

"எனது காலடியில் ஒரு நாயைப்போலக் கிடக்கும் பொய்யின் மொத்த வடிவத்தின் உடலை நன்கு ஆராய்ந்தேன்."

"கிடக்கும் உடலில் முகம் வெட்டுப்பட்டுப் பிளந்திருக்கிறது. அதன் அகலத் திறந்திருக்கும் கண்களைப் பார்க்கும்போது அதிர்ச்சியாகவும் பயங்கரமாகவும் இருந்தது."

7
இறந்துபோனவன் பேசிக்கொண்டே இருந்தான்

எங்கள் மொழியில் இலக்கியத் திருட்டு ரொம்பவும் சாதாரணம். அதுபோல் பொறாமை கொண்ட சக எழுத்தாளர்கள் அதிகம் கொண்ட மொழி என்னுடைய நாலு லட்சம் பேர் மட்டுமே பேசும்மொழி.

நான் இப்போது சொல்லப்போவதைக் கவனமாகக் கேளுங்கள்:

அந்த இளம் எழுத்தாள நண்பர் கொரோனா நோய் பரவியபோது தனியாக ஒரு வீட்டில் வசித்ததால், தனியாக மரணமடைந்தார். அவர் இறந்த உடல் கிடந்த தரையில் இளம்கருப்பாய் இரத்தம் உறைந்து காணப்பட்டது.

பயந்து பயந்து அவரது இலக்கிய நண்பர்களான நானும் மிஸ்டர் எக்ஸும் (இதுதான் அவர் புனைபெயர்) மரணமடைந்த எழுத்தாளரின் உடலை ஜன்னல்வழியாகப் பார்த்தோம்.

முகம் கறுப்பாகிப் போய் இருந்தது. ஒரு புத்தகத்தைப் பிடித்தபடி உடல் கிடந்தது.

கொரோனா அவரைப் பீடித்துவிட்டது என்பதைச் சாவதற்கு நான்கு நாட்களுக்கு முன்பு என்னை மொபைலில் அழைத்துச் சொன்னார். அவர் சொன்னது ஏனோ நம்ப முடியாததாக எனக்குத்

தோன்றினாலும் அது உண்மை. மூக்கு முகரும் சக்தியை இழந்து விட்டது என்பது ஜுரம் வந்த இரண்டு மூன்று நாள்களுக்குப் பிறகு தெரிந்ததாம்.

அவர் கையால் பிடித்திருந்த கதைப் புத்தகத்தில் ஒருவன் சாகும்போது காணும் கனவு பற்றி ஓரிடம் உள்ளது. நவீன ஓவியம் - ஷேர் கில் ஓவியம் போல - நிறைய ஓவியம் கனவில் காணப்பட்டதை எழுதியிருக்கிறார்.

என்னை அழைத்துத்தான் ஷேர்கில் ஓவியங்களாகக் கனவு கண்டேன் எனக்கூறி, கொரோனாவால் மூக்கு வாசனை இழப்பதற்கும் இப்படிப்பட்ட கனவுக்கும் என்ன தொடர்பு என்று அவர் கேட்டது என் நினைவில் தங்கிவிட்டது; அவரது மரணத்துடன்.

ஆஸ்பத்திரிக்குச் சொல்லி உடலை எடுத்துச் சென்றார்கள்.

பக்கத்து வீட்டார்களிடம் எப்போதோ விவாகரத்து செய்து விரட்டிய மனைவியை அழைத்துச் சொல்லுங்கள் என்றாராம். பல தடவை வந்தாளா, வந்தாளா என்று, பயந்து பக்கத்தில் வராத அடுத்த வீட்டாரிடம் மொபைலில் கேட்டாராம்.

நானும் நண்பர் எக்ஸும் உடலைப் பார்க்கச் சென்றபோது நான் என் காரை, பாதையில்லாத் தோட்டத்துக்குள் மெதுவாய் ஓட்டிச் சென்று நிறுத்தினேன். கண்ணாடித் துண்டுகள் தோட்டத்து மண்ணில் கிடந்தால் கார் பஞ்சர் ஆனால் நானும் காலி. ஏனெனில் இளம் எழுத்தாளர் தங்கியிருந்த நான்கு வீடுகள் மட்டுமே இருந்த அந்தக் குடியிருப்பு ஒரு தோட்டத்தின் நடுவில் இருந்தது. நாலாபுறமும் மரங்கள். காம்பவுண்டுக்குள் நான்குபுறமும் சமமாக, சுமார் 200 அடி, 200 அடி என்ற அளவு இடம்விட்டு, தோட்டத்தின் நடுவில் குடியிருப்பு. அப்படி ஒரு வீடு இருப்பதறிந்து தேர்ந்தெடுத்துக் குடியேறினார். இளம் எழுத்தாளர் பலமுறை அதைச் சொல்லிப் பெருமைப்பட்டிருக்கிறார். பிறருடைய கதைகளை யாரும் கண்டுபிடிக்க முடியாத முறையில் அபகரிப்பதில் தேர்ந்தவர், அந்த இளம் எழுத்தாளர்.

உடல் குலுங்கக் குலுங்க நடப்பார். எழுத்தாளர்கள் உடல் பருமனாய் இருக்கக் கூடாது என்ற கொள்கைகொண்டவர். ஆனால், அவர் உடலை அவரால் குறைக்க முடியவில்லை.

பல வருடங்களுக்கு முன்பு அவருக்குப் பிடித்த எழுத்தாளர் ஒருவரின் ஒரு கதைச் சித்திரிப்புமுறையை உல்டா பண்ணிப் பயன்படுத்தியவர். கண்டுபிடியுங்கள் எந்தப் பகுதியைத் திருடியிருக்கிறேன் என்று நச்சரித்துக் கொண்டேயிருந்தவர். திடீரென்று அதைப் பற்றிப் பேசுவதை மறந்து போனார். இவை என் நினைவுகள்.

மரணம் பற்றிக் கேள்விப்பட்டு அவருடைய அக்கா, முன்னூறு மைல் பிரயாணம் செய்து வந்தார்.

எனக்கு அவருடைய கனவில் ஷேர்கில் ஓவியம் வந்த விஷயம், மிகப்பெரிய அவஸ்தையாக மாறியது.

அவர் ஒரு பள்ளி ஆசிரியர். நானும் பள்ளி ஆசிரியர். அவர் கணித ஆசிரியர், நான் விலங்கியல் ஆசிரியன்.

ஒருமுறை உன் மனைவியை ஏன் விவாகாரத்து செய்தாய் என்று கேட்டேன். இந்த மாதிரி விஷயங்களைக் கேட்பவனல்ல நான். முறைத்தார்.

என்னை விட்டுவிட்டு வேகவேகமாக உடல் குலுங்க நடந்தார்.

நான் பள்ளியில் வேலைக்குச் சேர்ந்த மறுநாள் ஜோல்னாப் பையுடன் மொட்டையடித்த இளைஞர் ஒருவர், நெற்றியில் திருநீறுடன் வந்தார். பக்கத்தில் இருந்த காபிக் கடையில் காபி அருந்தச் சென்றோம். சக ஆசிரியர்கள் நான்கு பேர்.

உடல் குலுங்க வேகமாய் நடந்து என்னைப் பார்த்து விரல் சுட்டி அழைத்தார். யாரோ தெரியாதவர் என அவரை, ஒருவகையில் புறக்கணித்துச் சக ஆசிரியர்களுடன் நடக்க ஒரு அடியெடுத்து வைத்தேன்.

உரக்க, வெறி பிடித்தவர் போல் கத்தினார் ஜோல்னாப்பை; மொட்டைத் தலை.

ஆமாம் உரக்க; வெறிபிடித்தவர் போல. பின்பு மிஸ்டர் என்றார். கையைப் பிடித்தார். குழந்தையின் கைபோல் மிருதுவான விரல்கள். ஹி ஹி என்று சிரித்தார். என்னைத் தெரியலையா என்றார். நான் பேந்தப் பேந்த விழித்தேன்.

‘நேற்று உங்களைப் பார்த்தேன்’. இது அவர்.

‘எங்கு?’ இது நான்.

‘வேறு எங்காம், என் கனவில்.’

நான் ‘புரியவில்லையே’ என்றேன். சக ஆசிரியர்களிடம் ‘நீங்கள் போய் காபி அருந்தி வாருங்கள். ஒரு சாவுக்கிராக்கி கையில் மாட்டியிருக்கிறேன்’ என்பதுபோல் சைகை செய்தேன்.

கையைப் பிடித்து ஒரு மரநிழலிற்கு அழைத்தார். ‘ஹா.... என்னா வெயில் என்னா வெயில்’ என்று சட்டை பட்டனை கழற்றிக் கையால் வியர்த்திருந்த முகத்தில் காற்று வீசினார்.

‘என்ன சார், புரியவில்லையே என்கிறீர்கள்? பொய் சொல்கிறீர்களா?’ என்றார்

என் முகத்தைக் கூர்ந்து பார்த்தார். வால் முழுதும் வெள்ளை நிறமான நீளமான ஒரு பறவை. வானில் பறந்து சென்றது. அது அரிதான ஒரு பறவை. ஒரே நேரத்தில் நானும் மிஸ்டர் மொட்டையும் வானத்தில் ஆச்சரியம் கொண்டு, கைகளால் மறைத்துக் கண்களில் நிழல் விழும்படிச்செய்து, அந்த வேனாவெயிலைப் பார்த்தோம்.

பின்பு கேட்டார்.

சாட்சாத் கனவில் உங்களைப் பார்த்தேன். நீங்களும் பார்த்திருப்பீர்கள். சரி விடுங்கள். கனவுகள் எங்கே ஞாபகத்தில் இருக்கின்றன? மறந்து போயிருப்பீர்கள். எனக்குப் பல கனவுகள், காலைத் தினத்தாளில் படம் பார்ப்பது போல் மனதில் பதிந்திருக்கும்.

என் குழப்பமான மனநிலையைப் புரிந்தவர் போல, மேலும் என்னைக் குழப்பாமல். தன் பெயர் திருமால் என்றும், இதே பள்ளியில் ஆசிரியன் வேலை பெற்றதால் இன்று சேர வந்துள்ளேன் என்றும் கூறினார். காபி சாப்பிடுவோமா என்று நான் கேட்டபோது, தான் காபிப் பழக்கம் கொண்டவன் அல்ல என்றார். நேற்றே வந்து சேர்ந்திருக்க வேண்டியவன். இன்றுதான் வரமுடிந்தது என்றார். நான் அவருக்காகக் காபியைத் தியாகம் செய்துவிட்டு அவரை, பள்ளியில் தலைமை ஆசிரியர் அலுவலகம் இருந்த இடத்தை நோக்கி அழைத்துச் சென்றேன். அலுவலகத்துக்குள் நான் அவருடன் போவதை விரும்பாதவர் போல உடல் குலுங்க வேகமான பாய்ச்சலில்

நடந்தார். நான் சரி எதற்கு அவருடன் போகிறேன், அவரே இனி பார்த்துக்கொள்ளட்டும் என்று பணியில் ஒரு நாளுக்கு முன்பு சேர்ந்து நேற்று முதல் அமர்ந்திருந்த ஆசிரியர்களின் அறைக்குப் போனேன்.

பிணமாகிப் போன இந்த மனிதர் - பிறர் கதைகளைத் திருடும் மனிதர் - இளம் எழுத்தாளர், அவரை நான் முதன்முதலில் பல ஆண்டுகளுக்கு முன்பு சந்தித்த ஞாபகம் அவரின் கறுத்துப் போன முகத்தைப் பார்த்தபோது எங்கிருந்தோ குமிளிஇட்டு எழுந்து வந்து என் மனதில் நிறைந்தது.

ஒரு பறவை பற்றிச் சொன்னேனே அது அப்பகுதியில் வழக்கமாய்க் காணப்படும் பறவை அல்ல.

கொரோனா இரண்டாம் அலை இந்தியாவில் பரவியபோது உயிரிழந்த அந்த மனிதர்க்கு என் காரில் சென்று இப்படித்தான் இறுதி மரியாதை செலுத்தினேன்.

ஏனோ அதன்பிறகு, தூரத்தில்..., அனல் பறக்கும் சூட்டில், தூரத்தில் இறந்தவரைப் பார்ப்பேன். இல்லை, ஒரு பிரமை. அப்படி அவராய் உடல் குலுங்க நடக்கும் உருவமாய்.

அவர் உடலைப் பார்க்க வந்த அவருடைய அக்கா அவரைப்போலப் பருமனாக இல்லை. குலுங்கக் குலுங்க நடக்கவுமில்லை. ஒல்லியானவர். இறந்துபோன நண்பருக்கும் இந்த அம்மாவுக்கும் தொடர்புகள் இல்லை. ஒரேயொரு ஒற்றுமை: அந்தக் கண்கள். அதுமட்டும் தான் இருவரின் அக்கா, தம்பி உறவைப் பிரச்சாரம் செய்தன. வேறெந்த ஒற்றுமையும் இல்லை.

அந்த அம்மா என்னிடமும் நண்பர் எக்ஸ் இடமும் வந்தார். 'என்னா வெயில்' என்று சேலை நுனியால் விசிறினார். 'என்ன எளவோ எழுதிக்கொண்டே இருந்தான். போய்ச் சேர்ந்து விட்டான். எழுதாதடா என்று நாங்கள் எல்லாம் புத்திச் சொல்வோம். அப்புறம் அந்த ஐரோப்பாவில் வாழ்ந்த ஓவியன் பிக்காஸோ தீட்டிய படங்களை ஊருக்கு வந்தா கொண்டுவந்து ஒட்டுவான்.'

'நீங்க...?'

'நான் ஸ்கூல் டீச்சர். ஓவிய டீச்சர். அவனுக்குத் தம்பி ஒருத்தன். நடக்க முடியாது. போலியோ; அவனைப் பிடிக்கும், ரொம்ப.

கலியாணம் செய்து வைத்து, சம்பாத்தியத்தை முழுசும் அவன் குடும்பத்துக்குக் கொட்டினான். எனக்கு இரண்டு பெண்கள். என்னெ ஏறெடுத்துப் பாக்கமாட்டான். உயிரைப் பணயம் வச்சுப் புதைக்க வந்தேன்.'

எனக்குத் திருமாலின் மனைவியோடு ஏன் விவாகரத்து நடந்தது என்று கேட்கலாமா என்று ஒரு நப்பாசை இருந்தாலும் இறப்பின் அடையாளமாய்க் கறுத்துப் போயிருந்த முகத்தைப் பார்த்ததால் ஏற்பட்ட அதைரியம் கேட்கும் துணிச்சலைத் தரவில்லை. அல்லது அவருடைய செத்துப்போன கண்களை இப்போதும் தனக்குள்ளே கொண்டிருக்கும் திருமாலின் அக்காவும் முறைத்து என்னைப் பார்த்தால்....! அதே கண்களைப் பார்க்க வேண்டிவந்தால்....!

சரி மனம் தணிந்தது. மனதில் நிதானம் வந்தது. நண்பர் எக்ஸ் சிகரெட்டாக ஊதித்தள்ளியபடி இருந்தார்.

ஏன் என் சக பள்ளிக்கூட ஆசிரியர், நாற்சதுரமான காம்பவுண்டால் சூழப்பட்ட மரங்கள் இருந்த தோட்டத்தில் நடுவில் கட்டப்பட்ட வீட்டில் தனியாய் வாழ்ந்து கொரோனாவில் பாதிக்கப்பட்டுச் செத்ததுகூட தெரியாமல் ஒரு முடிவு எப்படி வந்து சேர்ந்தது?

எனக்கு ஏதும் புரியவில்லை. திடீரென இறந்தவனின் வீட்டுக்கு முன்பு கதவின் இரு புறமும் ஒரே டிசைனில் இலைகளுள்ள குரோட்டன்ஸ் செடிச்சட்டிகள் இருந்ததைக் கண்டேன். பள்ளி முடிந்ததும் பஸ் நிறுத்தத்துக்கு வரும் வழியில் ஒரு குரோட்டன்ஸ் தோட்டம் இருந்தது. அதில் ஒரு நிமிடம் என்று வேட்டியை ஒரு கையால் தூக்கிப் பிடித்தபடி உடல் குலுங்க திடீரென்று மறைந்து குரோட்டன்ஸ் கம்புடன் மீண்டும் தென்படும் திருமால் சவமாகிப் போனார்.

எனக்குத் திருமாலின் குரோட்டன் செடி வாங்கும் ஆசையின் அர்த்தம் அவரின் சாவைப் பார்த்ததும் தெளிவாய்ப் புரிந்தது. எதையும் புரிந்துகொள்ள வைக்கும் சக்தி சாவுக்கு உண்டா?

ஒருநாள் வகுப்புக்கு நடுவில் வேட்டி நுனியை ஒரு கையில் பிடித்தபடி நடந்த திருமாலுடன் அவருக்காகவன்றி எனக்காக வழக்கம்போல், பெட்டிக் கடைக்குக் காபி குடிக்கப்போனேன். அது பல ஆண்டுகளுக்கு முன்பு நடந்தது, அவர் சொன்னார்.

ஸார், எனக்கு ஒரு காட்சி தெரிந்தது. அது என்ன தெரியுமா, நான் என் விவாகரத்து செய்த மனைவியைப் பற்றி அன்று நினைத்தபடி வழக்கம்போல் ஒரு தலையணையைச் சுவரில் சாய்த்து தலையை அதில் பதித்துச் சாய்ந்து அமர்ந்திருக்கும்போது அது நடந்தது. கதவு வழக்கம்போல் சிறு இடைவெளியுடன் திறந்திருந்தது. அப்படி ஒரு குழல் விளக்கு போல் ஒளி தெரியும்படி மூடி வைத்து அந்த இடைவெளியைப் பார்த்தபடி இருந்தேன். அது, என் சிறு பிராயத்திலிருந்தே நான் பின்பற்றும் பழக்கம் ஸார்.

சற்று நேரம் பேசாமல் வந்தார். என் கண்களை உற்றுப் பார்த்தார். சிரித்தார். பின்பு தொடர்ந்தார்:

கேளுங்கள். குழல் விளக்கு ஒளியைப் பார்த்தபோது ஓர் உருவம் நிழல்போல் தெரிந்தது. நான் கூர்மையாய்ப் பார்த்தபோது, பட்டப் பகலில், குழல் விளக்கில் தெரிந்த உருவம் என்ன செய்தது? தெரியுமா? நம்ப மாட்டீர்கள். எனக்கு மிகவும் பிடித்த எங்கு போனாலும் நான் சிரமத்துடனும் அக்கறையுடனும் கொண்டு வரும் குரோட்டன்ஸ் செடி வளர்ந்து தளதள என இலைகளைக் காற்றில் விட்டு அசைந்தபடி நின்றதை உற்றுப் பார்த்துவிட்டு உருவம் மறைந்தது.

ஒரு நாள் நான் வீட்டில் தனியாய் இருந்த நேரம். திருமால் ஏதோ சொல்ல அங்கு வந்தார். நான் அவரைப் பார்த்தேன். தரையை நோக்கியபடி நின்றார். முகம் கவலையுடன் காணப்பட்டது.

இப்படிச் சொன்னார்: இரண்டு குரோட்டன்ஸ் செடி பல மாதங்களாய் நீரூற்றி என் குழந்தைகள் போல் செல்லமாய் வளர்த்த இலைகள் பட்டுப்போய் நிற்கின்றன.

இப்படி அவர் சொன்னபடி நின்றது கண்டு நானும் நின்றேன். என்னையும் அறியாமல் என்னிடமிருந்து இந்தக் கேள்வி வந்தது.

'என்ன, உங்கள் குழந்தைகள்போல குரோட்டன்ஸ் இலைகளை வளர்த்தீர்களா?'

ஆமா ஸார். அந்த இலைகளை என் விவாகரத்துக்குப் பிறகு அப்படித்தான் நினைத்துத் தடவித் தடவி வளர்த்தேன்.

அன்று உற்சாகமிழந்தவராய், நான் காபி சாப்பிட்டுவிட்டு பள்ளிக்கு வந்தபோது, உடன் நடந்தவரை அதன்பிறகு என்றும் நான் சந்திக்க முடியவில்லை.

மாலையிலும் பிற அலுவல்கள் மத்தியில் என்னால் அவரைப் பார்க்க முடியவில்லை. அவர் சொன்னது திடீரென்று, அவர் செத்த உடலைப் பார்த்தபோது, ஞாபகமாய் நீர் பீறிட்டுக்கொட்டுவது போல், மனதில் பீறிட்டு நினைவை விசித்திரமாய் நிறைத்தது.

மரணத்துக்கு வந்த நண்பர் எக்ஸ், பக்கத்துக் கடையில் சிகரெட் இழுத்தபடி தேநீர் அருந்திக்கொண்டு கேட்டார்.

'பாடியை எடுத்துவிட்டார்களா?'

இன்னும் இல்லை என்று சற்று தூரத்தில் நின்ற நான் கையசைத்துக் காட்டினேன்.

திருமாலின் அக்காவிடம் பேச்சுக் கொடுக்கலாமா என்று அவர் நின்ற இடத்தில் சென்றேன்.

'நான் வெறும் கத்தரிக்கா, பூசணிக்காய், நாற்காலி, முகம், ஆடு, கோழி இவைகளைக் குழந்தைகள் கோடு போட்டுப் படிக்க உதவி செய்கிற ஆரம்பக் கட்ட ஓவிய ஆசிரியை. அவன் பெரிய பெரிய ஓவிய ஆசிரியர்களையெல்லாம் பற்றிப் பேசுவான்.

'நீங்க பேசமாட்டீங்களா?'

'என்ன கேட்டீங்க?' இது திருமாலின் அக்கா. இறந்துபோன திருமாலின் கண்கள் அவரிடம் இருந்ததை மீண்டும் அவதானித்தேன்.

'நீங்க ஓவியம் பற்றி உங்க தம்பியிடம் பேசமாட்டீங்களா?'

'என்ன ஸார், ஆமா நீங்க அவனுடைய ஸ்கூல்ல வேலை பார்க்கிறவரா? என்று நான் கேட்டதுக்குச் சம்பந்தமில்லாமல் கேட்டார். நான் அவர் முகத்தைப் பார்த்தேன்.

எனக்கு ஏதும் உதவி செய்யமாட்டான். அந்தக் கால்முடமான தம்பிக்குத்தான் உதவி செய்வான். அவனுக்கு ஒரு ஏக்கர் நிலம், விவசாய நிலம், வாங்கிக்கொடுத்தபோது சண்டை போட்டேன். எனக்கு இரண்டு பெண்கள் இருக்குதே. ஒனக்குக் கண்களில் படவில்லையே என்று. ஏறெடுத்து ஒருமுறை முறைத்தான் என்று தூரத்தில் பார்த்த அக்கா சொன்னார்.

அவனுக்கும் எனக்கும் ஒரே மாதிரி கண்கள். அதனால நான் அவன் கண்களை நேரடியா பார்க்கிறது கிடையாது. அன்றும் நான் பார்வையை விலக்கிவிட்டுப் போய்விட்டேன். சாயந்திரம் ஸ்கூல் இருக்கிற இடத்துக்குப் போய் விட்டான். என் பெண்கள் இரண்டு பேர் கையிலும் ஒவ்வொரு ஆயிரம் ரூபாய் நோட்டுகள் இருந்தன. மனசுக்குள் அன்பு இருந்திருக்கும்.

திருமாலுக்கு உங்க மீதிருந்த அன்பு, அக்கா உங்களுக்குத் தெரியாதா? - இது நான்.

மீண்டும் அவரிடமிருந்து ஒரு பார்வைதான் பதிலாக வந்தது. அதே கண்கள்.

பிறகு பிணம் கிடந்த வீட்டுக்குள் பத்தியோ ஏதோ கொளுத்தி வைக்கப் புறப்பட்டுப் போனார்.

நண்பர் எக்ஸ் தூரத்திலிருந்து அடுத்த கப் காஃபி குடித்தபடி சிகரெட்டை இழுத்தபடி, காபி வேண்டுமா என சற்று தூரத்தில் நின்ற என்னை நோக்கிக் கப்பைக் காட்டினார். ஏன் எக்ஸ் அவர்கள், பிணம் கிடக்கும் வீட்டினருகில் வராமல் தவிர்க்கிறார் என்று யோசனை வந்தது. வலது கையைத் தூக்கி வேண்டாம் என்பதுபோல் சைகை செய்தேன். என் நினைவு வீட்டின் இரண்டு பக்கமும் பிலு பிலுவெனச் செழித்த இலைகளுடன் காணப்பட்ட குரோட்டன்ஸ் செடிகளைச் சுற்றியே இருந்தது. அத்துடன் திருமாலிடம் விவாகரத்து செய்து அவன் உறவு வேண்டாம் என விட்டுவிட்டுப் போனவள் பற்றித் திருமால் சொன்ன ஞாபகக் குறிப்பு பற்றி மீண்டும் மனம் வட்டமிட்டது. குழல் விளக்கு போல் திறந்திருந்த கதவு இடுக்கு வழி திருமால் பார்த்தபோது அவனை விட்டு எப்போதோ பிரிந்து போனவளின் ரூபம் தெரிந்ததாம். அவள் குரோட்டன்ஸ் இலைகளைக் குனிந்து பார்த்த பின்பு, பச்சை இலைகள் உதிர்ந்து போயினவாம். ஓர் இலைகூடச் செடியில் மீதமிருக்கவில்லை என்று சொன்னார் அன்று திருமால்.

இவையெல்லாம் திருமால் பேசியதை ஆதாரமாய் வைத்து என் மனதில் தோன்றுபவை. அவற்றை நம்பினால் மட்டும் நம்பத் தகுந்தவை என்று என் அடிமனது கூறிக்கொண்டேயிருந்தது.

திருமால் இறந்துபோனார். அவர் ஏன் பொய்யாய்க் கற்பனை செய்து குழல் விளக்கு ஒளியில் அவருடைய பழைய மனைவி

வந்து பார்த்ததால் இலைகள் விழுந்திருக்கலாம் என்று என்னிடம் கதை விட்டிருக்கக்கூடாது என்கிற கேள்வி தோன்றியது.

அப்போது அவர் ஸ்கூலில் பணியில் சேர வந்தபோது உங்களைக் கனவில் பார்த்திருக்கிறேன் என்று கூறிய கூற்றுடன் சேர்த்து வைத்துச் சிந்தித்தேன். ஏதும் யாரிடமும் கேட்டு என் சந்தேகத்தைத் தீர்க்கவும் முடியாது. திருமால் கொரோனாவில் மறைந்து போனார். தூரத்தில் நின்றபடி அவருக்கு இறுதி மரியாதை செலுத்த வந்தவர்கள் நானும் என் நண்பர் எக்ஸ¬ம்தான். அப்போது தூரத்தில் மரங்களுக்கு இடையில் நான் காரை நிறுத்திவிட்டு அந்த நாற்சதுர காம்பவுண்டுக்கு நடுவிலுள்ள வீட்டுக்குப் பிணத்தைப் பார்க்க வந்தது ஞாபகம் வந்தது. ஒரு மேட்டில் ஏறி தூரத்தில் கார் நிற்கிறதா? எனப் பார்த்துவிட்டு நிம்மதியானேன்.

திருமாலின் பிணம் கிடந்த வீட்டுக்கு எதிரில் கல்லால் ஆன காம்பவுண்டு காணப்பட்டது. அதில் ஒரு கால் ஊன்றி திருமால் வீட்டைப் பார்த்தபோது அவர் அக்கா அங்கு மேல்நின்று கீழே பார்த்தார்.

நான் தூரத்தில், நாற்சதுர காம்பவுண்டைத் தாண்டி உயரமாய் தெரிந்த வீட்டின் மீது தூரத்தில் தெரிந்த இரு ஷின்டக்ஸ் நீர்த்தொட்டிகளில் அமர்ந்திருந்த இரு காகங்களைக் கண்டேன். யாரோ துணி உலர்த்தக் கம்பியில் துணிகளை இரு கைகளையும் உயர்த்தி நான் நின்ற திசையில் முதுகு காட்டியபடி துணியில் கிளிப் போட்டுப் பொருத்திக்கொண்டு நின்றார்கள். பலர் அல்ல, ஒரு பெண். இப்போதெல்லாம் பெண்கள் முதுகில் இடைவெளிவிட்டு நாடா வைத்து முதுகு முழுதும் தெரியும்படி தைக்கிற ஸ்டைல் பிளவுஸ். உயரமாகத் தெரிந்த இளம் பெண் முதுகின் மீது மரங்களுக்கிடையிலிருந்து சூரியஒளி பட்டுத் தெறித்தது.

திருமாலின் பிணம் கிடந்த வீட்டிலிருந்து கண்களைச் சேலையால் துடைத்தபடி அவர் அக்கா தன் அழுகையைத் தடுக்கும் விதமாக வாயை மூடிக்கொண்டு கீழே இறங்கினார். என்னை நோக்கி வந்தார்.

சற்று தூரத்தில் நின்று பேசும்படி கேட்டுக்கொண்டேன். அவர் தவறாக எடுத்துக்கொள்ளவில்லை என்று அவருடைய உடல்மொழியிலிருந்து தெரிந்தது.

என் கண்கள் தூரத்தில் தெரிந்த பெண் நின்று துணி உலர்த்திய திசைக்கு உயர்ந்தன.

இப்போது அவள் இல்லை.

அக்கா ஏதோ சொன்னார். வாயை இன்னும் மூடியபடியே பேசினார்.

'என்ன?' - இது நான்.

'திருமால் தன் மனைவியை ஏன் விவாகரத்து செய்தான் என்று எங்கள் யாருக்கும் ஒன்றும் தெரியவில்லை. திருமால் ஒரு எழுத்தாளன் என்பது அவன் நண்பர்களான உங்களுக்குத் தெரியும் தானே.'

'இலக்கியத் திருட்டு... என்று என் வாயில் வந்ததை நிறுத்திக் கொண்டேன். நானும் எழுத்தாளன்தான் என்று நினைத்தேன். சொல்லவில்லை. தரையில் குனிந்து பார்த்தபடி நின்றவர் சொன்னார்:

'எப்போதே ஒரு தடவை என் வீட்டுக்கு வந்தவன். கால் போலியோ பீடித்த தம்பி வீட்டுக்குப் போய்விட்டு வேர்க்க விறுவிறுக்க வந்தான். வழக்கமாக அவன் மனைவி பற்றிப் பேசாதவன். அன்று அவளைப் பற்றி இப்படிச் சொன்னான்.'

நான் ஏறெடுத்துப் பார்த்தேன்.

'குண்டுப் பெண். அவளை என் தலையில் கட்டிவைத்துவிட்டார்கள்.'

அப்படிச் சொல்லிவிட்டு யாரோ உறவினர், தூரத்தில் என்னைப் போல், காரை நாற்சதுர காம்பவுண்டு தோட்டத்தில் ஓரிடத்தில் நிறுத்திவிட்டு வர திருமாலின் அக்கா அவர்களை நோக்கிப் போனார். என் மனதில் திருமால் விவாகரத்து பற்றி அக்காவிடம் கேட்க விரும்பிய எண்ணம் அவருக்குத் தெரிந்தது எப்படி எனக் கேள்வி உருவானது.

'தூரத்தில் நின்று பேசுங்கள்' என்று அவர்களுக்கு அறிவுறுத்திவிட்டு ஏதோ பேசிக் கொண்டு நின்றார்.

நான் தூரத்தில் துணி உலர்த்தும் அந்தப் பெண்ணின் உருவம் தெரியாததைக் கவனித்துவிட்டுத் தலையைத் திருப்பச் சரியாக, நண்பர் எக்ஸ் வந்தார். நான் புறப்பட விரும்பினேன். எக்ஸும்

இறந்துபோனவன் பேசிக்கொண்டே இருந்தான் | 59

நானும் திருமாலின் அக்காவிடம் சொல்லாமலேயே கார் நிறுத்தியிருந்த இடத்துக்கு வந்தோம்.

திருமாலின் கண்களும் அவர் அக்காவின் கண்களும் ஒன்றுபோலுள்ளன. அக்காவின் இரண்டு பெண்களின் கண்களும் இவர்களின் கண்கள் போன்றனவா என்ற எண்ணம் வந்தது. கார் டயர் ஏதும் கண்ணாடித் துண்டில் குத்திப் பஞ்சர் ஆகக்கூடாது என மெதுவாய்க் காரை ஓட்டி ரோட்டில் ஏறிவிட்டதால் ஒரு நிம்மதி மனதில் ஏற்பட்டது.

திருமாலின் அந்த வீட்டில் இருந்த இரண்டு அழகான கண்களை - தப்பு தப்பு - அந்த அழகான குரோட்டன்ஸ் செடிகளை இனி யார் கவனிப்பார்கள் என்று செடிகள் மீதான பச்சாதாப உணர்வு ஏற்பட்டது.

நண்பர் எக்ஸுக்கும் கொரோனாவால் பாதிக்கப்பட்டு இறந்துபோன திருமாலின் குரோட்டன்ஸ் பைத்தியம் பற்றித் தெரியும். நான் எதிர்பார்க்காதவாறு சொன்னார்:

‘அந்த குரோட்டன்ஸை நாம் எடுத்து வந்து நீர் ஊற்றி பாதுகாத்திருக்க வேண்டும்.’

வெகுதூரத்துக்கு நாங்கள் வந்துவிட்டதை உணர்ந்து காரை ஓட்டிக்கொண்டிருந்தேன். மிஸ்டர் எக்ஸ் குரோட்டன்ஸ் பற்றி ஏன் சொன்னார் என்றிருந்தது.

திருமால்தான் காஃபி அருந்தாமல் எங்களுக்காய்ச் சும்மா சேர்ந்து வரும் ஞாபகத்துடன் திருமாலில்லாமல் காபி அருந்தியபோதும் ஒரு நினைவு தவறாமல் வந்தது.

திருமால் தொடர்ந்து பேசிக்கொண்டேயிருந்தார். இறந்து பல மாதங்கள் ஆனபின்பும்.

குரோட்டன்ஸ் செடிகளில் புதிது புதிதாய் இலைகள் வந்து கொண்டேயிருப்பது போலச் சொற்கள் அவரிடமிருந்து வந்து கொண்டேயிருந்தன.

ஆனால், அவர் விவாகரத்து செய்தது பற்றி அந்தப் பேச்சில் ஒருமுறை கூட ஏதும் காணப்படவில்லை.

8

நர்ஸ் வரவில்லை

பிரேம்கௌட் என்பவன் மேற்குத் தொடர்ச்சி மலையின் ஓர் ஊரிலுள்ள பழங்குடியில் இருந்து வந்தவன். இது அவனைப் பற்றிய கதை.

அவர்கள் சமூகத்தில் முதன்முதலாகக் கல்வி பெற்றவன் என்கிற பெருமை அவனுக்கு உண்டு.

அவனுடைய 62ஆம் வயதில் மருத்துவமனையில் பேச்சுமூச்சின்றிக் கிடக்கிறான்.

***

பக்கத்து நகரத்தில் கல்லூரியில் படிக்கும்போது பழங்குடிகளுக்கான அரசு கொடுக்க வேண்டிய சலுகைகள் பற்றி யார் மூலமோ கேள்விப்பட்டான்.

அவனுக்குக் கவிதை எழுதும் பழக்கமுண்டு. பழங்குடியிலிருந்து வந்த மாணவர்களை ஒன்றாய்த் திரட்டி பன்னிரண்டு நாட்கள் போராடியவனுடைய “ஹொல்லிகே பந்து மல்லிகே பந்து” என்ற கவிதை வரிகளும் பிரபலமாயின; ரகசியம் என்னவென்றால் அவை கவிதைகள் எனத் தெரிந்து அவனால் எழுதப்பட்ட்வை அல்ல. ஏதோ எழுதினான் அவை கவிதைகள் ஆகிவிட்டன. சட்டசபையில் அந்தச் சலுகை பற்றிய பிரச்சினை எழுப்பப்பட்டதால் பிரேம்கௌட் பிரபலமானான். கன்ன எலும்புகள் வலிமையாய் மிக பலசாலியாகத் தென்படுவான். கண்கள் சிறியவை.

பழங்குடி மக்களின் மொழியில் வந்த இந்தக் கவிதை வரிகள் 'எங்கே கிடைத்தது எங்களுக்குச் சுதந்திரம்' என்கிற பொருள் கொண்டது. பின்பு கட்டணச் சலுகை கொடுக்கப்பட்டபோது சுதந்திரம் வந்துவிட்டது என்று வாயெல்லாம் பல்லாய்ச் சிரித்தான் பிரேம்கௌட். மாநிலத்தின் முதலமைச்சர் அவனைப் பற்றி விசாரித்தார்.

பிரேம்கௌட் நடத்திய போராட்டத்தால் கட்டணமின்றி அந்தக் காலத்தில் படித்தவர், அப்போது ஏழையாக இருந்த, முதலமைச்சர். பிரேமுக்கு அடுத்த தலைமுறை மாணவராக ஒரு காலத்தில் இருந்தவர் இப்போதைய அந்த முதலமைச்சர். சட்டக் கல்லூரியில் அவர் படித்தபோது தன்னைக் காதலிக்க மறுத்த மாணவியின் கையைப் பற்றி இழுத்து மேலாடையை உருவிக் கோபத்தில் காற்றில் வீசி அவர் கண்களைக் கவர்ந்த அவளுடைய வயிற்றில் கடித்தார்; அது பிற்காலத்தில் முதலமைச்சராக முடியும் என்பது பற்றி அறியாமல் அவர் செய்தது. எதிர்க்கட்சித் தலைவர், சட்டசபையில் முதலமைச்சரின் முந்நாள் கல்லூரிக் கால வீரப்பிரதாபம் (வயிற்றில் கடித்த பிரதாபம்) பற்றிய குட்டை வெளிப்படுத்திய போது இப்படி நக்கலாய்ச் சொன்னார்: 'ஒருவேளை முதலமைச்சர், பிற்காலத்தில் மாநில முதலமைச்சர் ஆகும் தகுதி தனக்குண்டு என்று தெரிந்திருந்தால் காதலிக்க முடியாது என்று சொன்ன மாணவியின் வயிற்றில் கடிக்காமல் வேறிடத்தில் கடித்திருப்பார்.'

**

மருத்துவமனை, மாநிலத்தின் தலைநகரில் மிகவும் புகழ் வாய்ந்ததும் மிகவும் தகுதிகள் கொண்ட டாக்டர்கள் பலர் கொண்டதாகவும் இருந்தது.

பிரேம்கௌட், கொரோனா இந்திய ஒன்றியத்தில் இரண்டாம் அலையாகப் பரவிய போது, நோயால் தாக்கப்பெற்றான். ஏற்கெனவே சர்க்கரை நோய் அவனுக்கு இருந்தது.

முதன்மை மருத்துவர் என்று கருதப்பட்டவர் வெளிநாட்டில் படித்தவர். பல பட்டங்களை அங்கு பெற்றவர். அவருடைய தாய் கேட்டுக்கொண்ட படியால் இந்தியாவுக்கு, போனால் போகிறதென்று வந்தவர். 'நான் மண்டையைப் போடுவது வரை நீ இங்கு இருந்துவிட வேண்டும்' என்ற தாயின் கட்டளையை

மீறமுடியாமல், தாய் மண்டையைப் போடுவது எப்போது என இந்தியாவில் அவர் காத்துக்கொண்டு இருந்தார்.

பிரேம்கௌட் இப்போது, மிகவும் செல்வாக்கு உள்ளவனாகவும் இரண்டு மூன்று வீடுகள் கட்டி மிகவும் செல்வந்தனாகவும் இருந்தான். அரசியல்வாதிகளின் தொடர்பும் அவனுக்கு இருந்தது.

ஆனாலும் மேற்குத் தொடர்ச்சி மலையடிவார ஏழைகள் இன்னும் "ஹொல்லிகே பந்து மல்லிகே பந்து" என்று பசி வந்த போதெல்லாம் பிரேம்கௌட் ஒரு காலத்தில் உண்மையான பசியால் வாடியபோது பாடிய பாடலின் வரிகளைப் பாடிக் கொண்டிருந்தனர், ஆடு மாடுகளை மேய்த்தபடி.

அன்று காலை மருத்துவமனையின் தலைமை மருத்துவர் காதில் ஸ்டெதஸ்கோப்பைச் செருகியபடி, பிரேம்கௌட் படுத்துச் சோர்வாலும் நோயின் தீவிரத்தாலும் தன்னை மறந்து தூங்கிக்கொண்டிருந்த கட்டிலுக்கு அருகில் வந்து நின்றார். மாஸ்க் போட்டு, பிளாஸ்டிக் உடைகள் அணிந்திருந்தார். பிரேம்கௌட் அப்படியே தூங்கட்டும் யாரும் எழுப்ப வேண்டாம் என்று தன்னுடன் வந்த முகக் கவசம் இரண்டு போட்ட நர்ஸ்களிடம் சைகையால் காட்டினார். சார்ட்டை எடுத்துப் பார்த்தார். கட்டிலுக்கடியில் ஸ்டூலில் இருந்த மாத்திரைகளைக் குனிந்து எடுத்து ஒவ்வொன்றாகக் கவனமாகப் பார்த்தார். மீண்டும் பிரேம்கௌட் தூங்குவதைப் பார்த்தார்.

தலையை ஆட்டிவிட்டு வேறெந்த நோயாளி அறைக்கும் போகாமல் புறப்பட்டார் தலைமை மருத்துவர்.

அந்த நோயாளிகள் அறையிலும் செல்வாக்கானவர்கள் படுத்திருந்தனர். காற்றோட்டமான பெரிய அறைகள். லோஷன் மணம் வீசியது. தரை நன்கு துடைக்கப்பட்டிருந்தது.

சற்றுநேரத்தில் பிரேம்கௌடின் மனைவி வந்தார். காய்ச்சல் நோயாளிகள் குடிக்கும் ஜூஸ் மற்றும் பிளாஸ்கில் வெந்நீர், உணவுப் பொருள்கள் கொண்டு வந்தார்.

பிரேம்கௌட், மனைவியிடம் 'இது தொத்துநோய், எனவே நீ வராதே' என்றான். மனதில் அந்த அம்மா, பதிலுக்கு அயோக்கியப் பயல் எனத் தனக்குள் சொன்னார். (அதற்கான காரணத்தைப் பின்னர் பார்ப்போம்).

நர்ஸ் வரவில்லை | 63

மனைவி முகக்கவசத்துடன் வந்ததுபோலவே புறப்பட்டார். பிரேம்கௌட் மெதுவாக எழுந்திருக்க முயன்றான். சோர்வாக இருந்ததால் பிளாஸ்கை நோக்கிக் கையை நீட்டியவன் மனைவி ஏற்கெனவே போய்விட்டதைப் பார்த்து, இன்னொரு பக்கமாய்த் திரும்பி முகக்கவசத்தைக் கழற்றிவிட்டு ஒருக்களித்துப் படுத்தான். கண்கள் தானாக மூடிக்கொண்டன. சோர்வு, மனதிலும் உடலிலும்.

அவன் படுத்திருந்த விசாலமான அறையில் பிளாஸ்டிக் ஆடை அணிந்து முகக்கவசம் போட்ட நர்ஸ்கள் வந்து பார்த்துவிட்டு, பார்த்துவிட்டு மறைந்தனர். தலைமை மருத்துவர் கவனித்துக் கொள்ளும்படி கூறியுள்ளார். தலைமை மருத்துவருக்கு முதலமைச்சர் கூறியுள்ளார். எல்லோரும் பார்த்துக்கொண்டனர். மனைவிக்கு வீட்டில் இருப்புக் கொள்ளாததால், கார் ஓட்டுநரை மீண்டும் மீண்டும் நச்சரித்தார். ஆஸ்பத்திரிக்குப் போ என்று. கணவனல்லவா!

அறை காற்றோட்டமாகவும் வெளிச்சம் கொண்டதாகவும் இருந்தது. வரும் போதெல்லாம் அவள், அறையெல்லாம் தூக்கமாக ஏன் நிறைந்திருக்கிறது என்று கேட்டுக்கொண்டாள். படுத்துக் கிடக்கும் நோயாளிக்குக் காதில் தொடர்ந்து ஒலித்தன குரல்கள்:

ஹொல்லிகே பந்து மல்லிகே பந்து...

காய்ச்சல் குறையாததால் கண்களிலிருந்து சுரந்த கண்ணீர் காதில் பாய்ந்ததை உணர்ந்த பிரேம்கௌட் மெதுவாய் அந்தக் கண்ணீரைத் துடைத்தான்.

நோயாளி அசைந்ததால் அருகில் இருந்த நர்ஸ்கள் ஏதாவது வேண்டுமா என்று கேட்டார்கள். நர்ஸ்கள் முகக்கவசம் போட்டிருந்ததால் பிரேம்கௌடால் அவர்களின் முகத்தைப் பார்க்க விரும்பினாலும் அது முடியவில்லை. முகம் பார்க்க வேண்டும். அவனுக்கு ஆசை ஆசையாக இருந்தது.

***

ஒருமுறை எஸ்.டி வகுப்பினருக்கு ஏதும் இந்த அரசு உதவவில்லை என்று யாரோ ஒரு சட்டசபை உறுப்பினர் கேள்வி கேட்டார். முன்பு வேறு வகுப்பைச் சார்ந்தவராய் இருந்த இன்றைய முதலமைச்சர், தானும் பொய்யாய் எஸ்.டி. என்று உரிமை

கொண்டாடி கட்டணச் சலுகை பெற்றார். அதே முதலமைச்சர், அதன்பின்பு தன்னை எஸ்.டி. என்று எங்கும் குறிப்பிடுவதில்லை. அதற்கு முக்கியக் காரணம் இன்றைய முதலமைச்சரைக் கல்லூரிக்கு அனுப்பிப் பணம் கொடுத்தது இவருடைய சித்தப்பா. அந்தச் சித்தப்பா முன்னாள் சுதந்திரப் போராட்ட வீரர். ரயில் முன்பு போராட்டம் நடத்தி 1942இல் ஒரு கையை இழந்தவர். வெள்ளைக்கார ரயில் ஓட்டுநர் வேண்டுமென்றே சித்தப்பா கை மீது ரயிலைச் சரியாக ஓட்டினான். ஒரு கை இல்லாத சித்தப்பா, தனக்கிருந்த ஒரேயொரு கையைக் கோபமாய் அசைத்தபடி 'நாயே, கீழ்ச்சாதிக்காரனா, நீ இனி எங்காவது அப்படிச் சொன்னால் காலை ஒடித்து விடுவேன்' என்று கோபமாய்க் கத்தினார்.

சரி விஷயத்துக்கு வருவோம். ஒரு சட்டசபை உறுப்பினர், எஸ்.டி வகுப்பினருக்கு நீ என்ன செய்தாய் என்று கேட்டார். இன்று முதலமைச்சராக இருக்கும் மனிதர் உடனே சட்டசபையில் பதில் சொன்னார்.

'ஏன் பிரேம்கௌட் என்ற அந்தக் காலத்துப் பழங்குடி மாணவர் தலைவர் என் மூலம் எம்.எல்.சி. பதவி பெறவில்லையா?'

அக்கால ரேடியோ வழி முதலமைச்சர் பேசியதைக் கேட்ட பிரேம்கௌடின் மனைவி 'எம்.எல்.சி.யாக இருந்தபோதுதானே தனது அலுவலகத்தில் டைப்பிஸ்டாக இருந்த இளம்பெண்ணை திருமணம் செய்கிறேன் என்று கூறி மும்பைக்கும் ஹைதராபாத்துக்கும் அழைத்துகொண்டு போய் வந்ததைப் பற்றி நான் அறிந்து கேட்டபோது என்னை அறைந்தான் இந்த மனிதன்' என்று நினைத்தார்.

மருத்துவமனைக்கு வந்திருந்த மனைவியைப் பார்த்தான் பிரேம்கௌட். அவன் அப்போது ஒரு கையை உயர்த்தியது மூத்திரம் வருகிறது என்பதன் அறிகுறியாக அல்ல என்றாள் மனைவி, நர்ஸிடம்.

அப்படியென்றால், இரண்டுக்குப் போவதற்காகவா, மேடம்? உங்கள் வீட்டில் ஒன்று என்றால் இரண்டு என்று அர்த்தமா? என்று உண்மையிலேயே குழம்பிப்போனாள் இளவயது நர்ஸ்.

படுத்துக் கிடந்தவனுக்கு நடக்கும் குழப்பம் நன்கு புரிந்தது. தனது ஜுர வேகத்திலும் இதுபோன்ற காரியங்களைப் புரிந்து

கொள்கிறான் அவன். நான்கு வரிக் கவிதையை எழுதிப் பழங்குடி மக்கள் எல்லோரையும் கவர்ந்து செல்வாக்கானவனாக மாறிவிட்டவனல்லவா பிரேம்கௌட்.

இளம் நர்ஸ் தனது ரசிகை; என் கவிதை வரிகளை ரசிக்கிறாள். நீயும் இருக்கிறாயே என்று வாய்வரை வந்த வாக்கியத்தை அடக்கிக்கொண்டு மெதுவாய் அசைந்தது போல பாவனை காட்டினான் அவன். அவனுக்குத் தெரியும் இளம்வயது நர்ஸ் வந்து தொட்டு மறுபக்கம் உடலைச் சாய்த்துப் படுப்பதற்கு வசதி செய்துகொடுப்பாள் என்று. இவ்வளவு சீரியஸான நோயிலும் அவனுடைய அடிப்படை குணமான இளம்பெண்களைக் கவரவிரும்பும் குணம் மாறிவிடவில்லை.

பிரேம்கௌட் மனைவி அமைதியாக சுமார் 6 அடி தூரத்தில் நின்றபடியே இருந்தாள். நர்ஸ் மனைவியைப் பார்த்தார். அவர் கணவனுக்குத் தான் அனுசரணையாக ஓடோடிச் சென்று பணிவிடை செய்வதால் மிகவும் மகிழ்வாள் அவருடைய மனைவி என்று எதிர்பார்த்ததற்கு மாறாய் ஒருவிதக் கடுகடுப்புடன் அவள் நிற்கிறாளோ என்று இப்போது சந்தேகப்பட ஆரம்பித்தாள் இளம்வயது நர்ஸ். அந்த அளவுக்குப் பொறாமை கொண்டவளா என்று ஒரு கேள்வி தோன்றியது. ஆனால் நர்ஸ்க்குத் தெரியாது இப்போது மனைவியின் மனதில் இருக்கும் கேள்வி. இவன் அழைத்துச் சுற்றிக்கொண்டிருந்த அந்தப் பெண் தற்கொலை செய்தாள் என்ற செய்தி வந்தபோது, பிரேம்கௌடை ஏதும் அது பாதித்ததாகத் தெரியவில்லை.

சரிந்து தனது மனைவியும் நர்ஸும் நின்றிருந்த திசையில் பார்த்தபடி கிடந்த நோயாளியான பிரேம்கௌட் தன் மனைவியை நோக்கிக் கண்களால் ஏதோ சாடை காட்டியது போல உணர்ந்தாள் அவனது மனைவி. என்னை அழைக்கிறார், பக்கத்தில் போகலாமா அம்மா என்று கேட்டு முகத்தில் இருந்த முகக் கவசத்தைச் சரியாகப் போட்டபடி இரண்டு அடிகள் நர்ஸை நோக்கி எடுத்து வைத்தார் துணைவியார்.

சொன்னது தனக்குக் கேட்கவில்லை என்று சைகை மூலம் சொன்னாள் நர்ஸ்.

இருவருக்கும் மௌன பாஷை மூலம் நடக்கும் உரையாடலைப் புரிந்துகொண்டு, பிரேம்கௌட், தன் ஜுரத்தையும் தாண்டிச் சிரித்துக்கொண்டான். தான் ஆஸ்பத்திரியில் சேர்ந்த பின்பு

கட்டிலில் சும்மா கிடக்க முடியாமல் செய்யும் குறும்புகளில் ஒன்று இது. இதைப் புரிந்து கொள்ளாமல் அவன் மனைவி தன் கணவன் ஏதோ சொல்ல விரும்புகிறானோ எனக் குழம்பினாள்.

இப்போது நர்ஸிடம் உன் பக்கத்தில் வரலாமா என்று தனது முகக் கவசத்தை எடுத்துவிட்டுத் தெளிவாய் மனைவி கேட்டார்.

வாருங்கள் என்று நர்ஸ் கண்களாலும் தலையாட்டியும் தெரிவித்தாள். தன் பாதுகாப்பு உடைகள் சரியாக இருக்கும்படி பார்த்தாள் அவள்.

மனைவி நர்ஸின் அருகில் சென்று தன் கணவன் பக்கத்தில் போய் 'அவர் ஏதோ சொல்ல விரும்புவதைக் கேட்கட்டுமா? அருகில் போகலாமா?' என்றாள். சரி என்றதும் நர்ஸிடம் வேறு ஒரு கேள்வியைக் காதுக்கருகில் குரல் தாழ்த்தி, பிரேம்கௌட் கேட்காத தொனியில் கேட்டாள்.

'ஹெல்லிகே பந்து மல்லிகே பந்து என்று, எங்கே கிடைத்தது எங்களுக்குச் சுதந்திரம் என்று இந்த மனிதன் மக்களின் வறுமையைக் கண்டு நொந்துபோய்ப் பாடியதாக நீ நினைக்கிறாயா?' என்று நர்ஸிடம் கேட்டாள்.

நர்ஸ் 'ஆமா' என்றாள் உறுதியாக.

'அது ஒரு காலம் இப்போது எங்களுக்கு மூன்று வீடுகள் நகரத்தில் உள்ளன. இந்த மாதிரிப் பாடல் வரிகள் பொய். உண்மை என்று நம்பி மோசம் போகாதே. இதோ படுத்திருக்கிறானே, மனிதன். 'பலே கில்லாடி' என்று கூறினாள். எதற்கும் நீ கவனமாக இரு என்று மனதில் ரகசியமாக நினைத்துச் சிரித்துக்கொண்டாள்.

பின்பு, நர்ஸ் நின்ற இடத்தில் இருந்து சற்று தூரம் தள்ளி நின்றாள். தன் கணவனுக்குக் கேட்காதபடி பேசினாள். அதையும் தாண்டிக் கேட்டிருப்பானோ என்று சந்தேகம் வந்தது. கேட்டால் கேட்கட்டும் என்ன செய்துவிடுவான், என்னை அந்த ஆபீஸில் இருந்த பெண்ணைத் திருமணம் செய்வேன் என்று எத்தனை நாள் சித்திரவதை செய்தான் என்று மனதைச் சமாதானப்படுத்தினார், அந்த ஐம்பத்து ஐந்து வயதாகும் 'ஹொல்லிகே பந்து'வின் மனைவியான அப்பெண்மணி.

பின்பு பழ ஜுஸ் காலியான பாட்டில், பிளாஸ்க் போன்றவைகளை எடுத்துக்கொண்டு புறப்பட்டார் அவர். என்னதான் அந்தப் பெண் விஷயத்தை நினைத்துக் கோபம் இருந்தாலும் கணவனல்லவா என்ற வாஞ்சை ஆஸ்பத்திரியிலிருந்து காரில் வரும்போது மனதில் ஒரு ஈரத்தைக் கொண்டு வந்தது.

உடனே, அந்த நர்ஸ் பற்றி நினைத்தார். அவள் இப்போது என்ன செய்துகொண்டிருப்பாள் என்ற கேள்வி மனதில் தோன்றாமல் இல்லை.

அந்த நர்ஸின் நேர் வகிடு எடுத்து சீவப்பட்ட தலைமுடியும் புருவங்களும் நோயாளியாய்ப் படுத்துக் கிடப்பவனின் மனைவியை இப்போது கவர்ந்தது. அடுத்தமுறை மருத்துவமனைக்கு வரும்போது அவளுடைய பெயர் என்னவென்று கேட்க வேண்டும் என்ற எண்ணம் வந்தது. அத்தோடு சேர்ந்து அந்த இள வயதாய் இருந்த நர்ஸுக்குத் திருமணம் முடிந்திருக்குமா? முடிந்திருக்காதா? என்ற கேள்வியும் நோயாளியின் மனைவிக்கு மனதில் எழுந்தது. அவளுக்குத் திருமணம் ஆனால் என்ன? ஆகாவிட்டால் உனக்கு என்ன? என்று மனதை நோக்கிக் கேட்டாள்.

ஆஸ்பத்திரியில் இரண்டு மூன்றுமுறை பிரேம்கௌடின் அறைக்கு என்றே தனியாய் வந்தார், வெளிநாட்டில் படித்துவிட்டுத் தன் தாய் மண்டையைப் போடுவது வரை இந்தியாவின் மீது பாசங்கொண்ட, மருத்துவமனையின் தலைமை மருத்துவர்.

இந்தமுறை அறையில் இன்னொரு இளம் மருத்துவருடன் நுழைந்த தலைமை மருத்துவர், அப்படி நுழைந்ததும் நோயாளியைப் பார்ப்பதற்குப் பதிலாக நர்ஸ் எங்கே எனத் தேடினார். நர்ஸ் யாரும் இருக்கவில்லை. பாத்ரூம் கதவு பூட்டப்பட்டிருந்தது. அங்கு போயிருப்பாள் என்று நினைத்தார் தலைமை மருத்துவர். சரி வருவாள், வந்த பின்பு நோயாளியைப் பரிசோதிக்கலாம் என நினைத்த அவர் மருத்துவமனையை, அந்த அறையிலிருந்து பார்க்க விரும்பி விசாலமான அறையின் விசாலமான ஜன்னல்கள் வழியாக வெளியில் பார்த்தார். நல்ல வெளிச்சம் என்று திருப்திப்பட்டுக் கொண்டார்.

அந்தக் கருத்தைத் தன்னுடன் வந்த இளம் மருத்துவரிடம் பகிர்ந்துகொள்ள விரும்பினார்.

'ஹலோ டாக்டர்,' என்று அழைத்தார். அந்த இளம் டாக்டர் தன்னுடன் ஜன்னருகில் இல்லை என்பதை அப்போது கண்டார்.

மீண்டும் மெதுவாய் நோயாளிக்குத் தொந்தரவு வராத முறையில் கிசுகிசுப்பான குரலில் 'ஹலோ டாக்டர்' என்றார்.

'ம்' என்று மன்னியுங்கள் என்ற முகச்சாடையுடனும் கையை வாயில் வைத்தபடியும் மெதுவாய்த் தான் அணிந்திருந்த காலணியின் சப்தம் எழும்பாதபடி ஒட்டகம் நடப்பது போல வந்து நின்றார் அந்த இளம் டாக்டர்.

என்ன மாதிரி வெயில்? பார்க்காமல் அங்கேயே நிற்கிறீரே அய்யா, என்று வினாக் குறியோடு பார்த்தார் தலைமை மருத்துவர். ஓ! வெயிலைப் பார்க்கும் மிக முக்கியமான விசயத்துக்குத் தேடியிருக்கிறார் பெரிய டக்டர் என்று தனக்குத்தானே சிரிக்கத் தவறவில்லை இளம் டாக்டர்.

ஆமா, தவறுதான், என்று உடம்பைக் கூனிக் கொண்டு நின்றபடி தனது கழுத்தில் கிடந்த ஸ்டெதஸ்கோப்பை இடது கையால் எடுத்து அதன் முனைப் பகுதியைத் தனது கன்னத்தில் வைத்துத் தடவிக்கொண்டு ஈ ஈ என்று சிரித்தார் அந்த இளம் மருத்துவர். தலைமை மருத்துவர், அப்போது தலையிலிருந்து காலணி வரை இளம் மருத்துவரைப் பார்த்தார். இளம் மருத்துவர் மீண்டும் தேவையில்லாமல் ஈ ஈ என்று சிரித்தார். மேலும் கீழும் தலையை ஆட்டியபடி ஜன்னலைப் பூட்டி வைக்கக்கூடாது என்று திடீரென்று ஒரு நினைவு வந்தவர்போல் தலைமை மருத்துவர் அவசரமாகக் கண்ணாடி ஜன்னல்களைத் திறந்தார். இளம் டாக்டர், பெரிய டாக்டரின் கண்ணாடி திறக்கும் அந்தச் செயலுக்கு உதவுவது தனது கடமை என்று கருதி ஜன்னலைத் தொடப் போனார்.

வேண்டாம் என்பது போல் கையால் சைகை காட்டிவிட்டு நோயாளியின் கட்டிலுக்கு வந்து சார்ட்டைப் பார்த்தார். நோயாளி. பிரேம்கௌட் முதலமைச்சரின் நண்பர் என்பதோடு 'ஹொால்லிகே பந்து மல்லிகே பந்து' என்று பிரபலமான பாடலை எழுதியவர் என்பதை முதலமைச்சர் மெனக்கெட்டு தலைமை மருத்துவருக்குச் சுமார் பத்து நிமிடம் தன் பணிகளை எல்லாம் ஒதுக்கி வைத்துவிட்டு விளக்கியது ஞாபகம் வந்தது.

அந்தப் பிராந்திய மொழி பேசமுடியாதபடி மேல் நாட்டிலேயே இருந்த பெரிய டாக்டர், அது என்ன எளவு 'ஹொால்லிகே பந்து மல்லிகே பந்து' என்று நினைத்தாலும் முதலமைச்சரிடம் சொல்லவில்லை.

இளம்வயதில் புரட்சிக்கரப் பாடல்கள் எழுதி மக்களைக் கவர்ந்த பிரேம்கௌட் நோயின் உக்கிரம் குறையும்போதெல்லாம், தனக்கு ஒரு பெரிய அனைத்திந்திய பதவி கிடைக்கும் என்ற கனவை மனதில் கொண்டு வந்து வாயில் சூயிங்கம் போட்டு மென்று கொள்வது போல் மெல்வதுண்டு. இங்கே நோயாளியாய்ப் படுத்திருப்பவன் விரைவில் பலர் பொறாமைப்படக்கூடிய பெரிய பதவியை, தனது அரசியல் பல்டியின் மூலம் அடையப்போகிறான் என்பது ஓரளவு முதலமைச்சருக்கும் தெரியும்.

டாக்டரே பெரிய ஆளாகப் போகிறான் பிரேம்கௌட். பழங்குடி சமூகத்தில் அவனைப் போலப் பெரிய ஆளுமைகள் இல்லை என்று டெல்லி வலதுசாரி அரசியல்வாதிகள் இவனுக்கு ஆசைகாட்டி அவனுடைய புரட்சிகர அரசியலை விட்டு விடும்படிக் கேட்டுக்கொண்டுள்ளனர். அவனும் கில்லாடி அல்லவா, சரி என்று சொல்லியிருக்கிறான்.

தலைமை மருத்துவருக்கு வலதுசாரி அரசியலிலோ, புரட்சிகர அரசியலிலோ ஒன்றிலும் ஈடுபாடில்லாவிட்டாலும் முதலமைச்சர் சொல்வதால் சரி சரி என்று கேட்டுக் கொண்டார்.

இரண்டு மூன்றுமுறை கண்களைத் திறந்து தலைமை மருத்துவரைப் பார்த்துப் பேச விரும்பிய பிரேம்கௌட் என்ற பழங்குடிக் கவிஞனுக்கு இப்போது ஜுரவேகத்தால் முடியவில்லை. ஒரு காலத்தில் எம்.எல்.சி யாக இருந்தவன், ஏதும் பேசாமலே கிடந்தான்.

இந்த நர்ஸ் ஏன் நோயாளிக்கும் அவர் குடும்பத்துக்கும் கொடுத்துள்ள கழிவறையைப் பூட்டிக்கொண்டு உள்ளே இருக்கிறாள் என்று எண்ணினார், பெரிய டாக்டர். தன் சகாவான இளைய டாக்டரிடம் அந்தக் கேள்வியைக் கேட்க நினைத்தாலும் கேட்கவில்லை. இளைய டாக்டர் எதையோ நினைத்துப் பலமாக யோசித்தபடி நோயாளியைத் திரும்பி பார்த்தார்.

மீண்டும் மீண்டும் நோயாளியைப் பரிசோதித்தார் பெரிய டாக்டர். ஜன்னலருகில் போகாவிட்டாலும் வெயில் சுள்ளென்று அடித்தது. பெரிய டாக்டர் முகம் மாறியது.

இளைய டாக்டரிடம் இரண்டு நர்ஸுகளில் மூத்த நர்ஸா, இளைய நர்ஸா இந்த நோயாளியின் அருகில் இருக்க வேண்டும் என்ற வழக்கமாய்த் தான் பயன்படுத்தும் பிரிட்டிஷ் ஆங்கிலத்தில் கேட்டார் பெரிய டாக்டர்.

மொபைலில் யாரிடமோ பேசிய இளைய டாக்டர், நிறுத்திவிட்டு, மூத்த நர்ஸ் என்று அவருடைய பெயரைக் கூறினார். இப்படி பொருட்படுத்தத் தகாத விசயத்தை முக்கியப்படுத்தி பெரிய டாக்டர் பேசுவது ஏன் எனப் பிடிபட்டது.

நோயாளியின் மனைவி வந்தபோதிருந்த, அழகாக வகிடு எடுத்துக் கூந்தல் முடிந்திருந்த இளைய நர்ஸல்ல இப்போது டூட்டி.

பெரிய நர்ஸ் வராமல் கழிவறையில் என்ன செய்கிறார் என்று இளம் டாக்டரிடம் கதவைத் தட்டச் சொன்னார் பெரிய டாக்டர்.

இளைய டாக்டர் நோயாளிக்குத் தொந்தரவு தராத முறையில் மெதுவாய்ச் சென்று சுத்தமான கழிவறையின் கதவில் கை வைத்தவுடன் கதவு திறந்தது. அதன் ஜன்னல்வழி வெளிச்சம் குபீர் என அறைக்குள் வந்ததே ஒழிய யாரும் உள்ளே இருக்கவில்லை.

அப்போது வெளிவராந்தாவின் வழி, இவ்வளவு நேரம் உள்ளே இருப்பதாகக் கருதிய நர்ஸ், எங்கோ போயிருந்தவர் அறையின் உள்ளே வந்தார். அவர் மூத்த நர்ஸ். பொருட்படுத்தத் தகாத விசயங்கள் என முணுமுணுத்தார் புத்திசாலியான இளம் டாக்டர்.

டாக்டர்கள் இருவரும் ஏதும் சொல்லாமல் அறை வாசல்வழி வெளியே சென்றனர்.

தன் விஷ ஊசியால் விரைவில் பிரேம்கௌட் மரணமடையப் போகிற செய்தி அப்போது இளம் டாக்டருக்குத் தெரிந்திருந்தது. தன் சொந்தத் தங்கையை ஒரு மனைவி இருக்கும்போதே அவளைத் திருமணம் செய்வதாய்ப் பொய் உறுதி கொடுத்து

நர்ஸ் வரவில்லை | 71

அவனுடைய குழந்தை இரண்டு மாத சிசு வயிற்றில் இருக்கும்போதே தற்கொலைக்குத் தூண்டிய அயோக்கியன் என வாய் முணுமுணுத்தது. இது ஏதும் தெரியாமல் பிரேம்கௌடின் மரணம் மட்டும் பற்றித் தெரிந்த பெரிய டாக்டர் தூரத்தில் போய்க்கொண்டிருந்தார்.

நாளை காலை அவர்கள் மொழியில் வரும் பத்திகைகளில் எட்டுக் 'காலம்' செய்தி வரும். அவன் மனைவி குய்யோ முறையோ என அழுதுகொண்டு ஓடி வரப்போகிறாள்.

0

9
கண்கள்

அவன் உடலில் பூ மொட்டுகள் விடுவது போல, முதலில் ஒரு கண்ணும் அடுத்த நாள் இரண்டாம் கண்ணும் தோன்றின.

அது அவனுக்கு எதனாலோ விசித்திரமாகவோ, அருவருப்பாகவோ தோன்றவில்லை. அந்தக் கண்களைத் தடவிக் கொடுக்கலாமா என்று ஓர் எண்ணம் வலது கையின் விரல்களில் தோன்றியபோது, வேண்டாம் என்று அவனுடைய இரண்டாம் மனது எழுந்து வந்து தடுத்தது.

அன்றுதான் மயிலம்மா என்ற சற்று மாறுபட்ட பெயருடன் வாழ விதிக்கப்பட்டவளை நினைத்தான். தான் பள்ளி ஆசிரியராகப் பரிச்சயமில்லாத மலைக் கிராமத்துக்குச் சென்றபோது தன்னைப் போலவே அதே பள்ளியில் வேலைக்குச் சேர வந்திருந்தாள் மயிலம்மா. அப்படி நமக்கு விதித்திருக்கிறது என்று ஏக்கப் பெருமூச்சுடன் அவள் சொன்னபோது, அப்படி வித்தியாசமான முறையில் சிந்திக்கிறவளாக இருக்கிறாள் என்று அவன் நினைத்தான். அப்போதே அவளின் பேரழகு, 24ஆம் வயது கொண்ட அவன் மனத்தில் பதிந்தது.

அப்புறம் அவள் அழகானவள் என்பதும் காதல் வயப்படத்தக்கவள் என்பதும், அந்தப் பள்ளியின் தலைமை ஆசிரியரை அவள் காதலிப்பதைப் பார்த்தபோது, பலரைப் போலவே அவனும் உணர்ந்தான். தலைமை ஆசிரியன், மனதில்,

வானத்தில் நட்சத்திர மீன்கள் தோன்றுவதுபோலக் காதல் மீன்கள் நீந்தியதாக அவன் வயதுடைய பிற ஆசிரியர்கள் கொஞ்சம் அசூயையும் கலந்து பேசினார்கள். இன்னொரு குணம் அவளுக்கு இருந்தது. அவளுடைய வயதுடைய பிற பெண்களுக்கிருப்பது போன்ற கண்களைக் கருமையான வர்ணத்தால் தீட்டி வருவதில் கவனம் செலுத்தினாள். அத்துடன் அதிகமான வெட்கப்படும் குணமும், வெட்கப்படும்போது உடலைச் சுற்றிக் கட்டியிருக்கும், வர்ணப்பூக்கள் நிறைந்ததும் ஞாபகங்களைக் கிளறுவதற்கென்றே இருப்பதுமான வர்ணநிற ஆடையும் சேர்ந்து உடல் முழுவதும் வெட்கப்படுவது தெரியும். ரோஸ் வர்ணம் கொண்டு சிவக்கும் கன்னச் சதையும், மூக்கும், லேசாய் ஆடும் காது மடல்களும் நீளமுடியும் சேர்ந்து வெட்கப்படும். அந்த நாணத்தின் கனம் பொறுக்க முடியாமல் நடுங்குவதுபோல் எப்போதும் தெரியும் மயிலம்மா என்ற பெயர் அவளுடைய குணத்தைப் பார்த்துப் பெற்றோர் சூட்டிய பெயராயிருக்கும் என்று அவன் நினைத்தான்.

பள்ளியில் இப்படி நாட்கள் சென்று கொண்டிருந்தபோது ஒருநாள் தலைமை ஆசிரியனின் அறையில் மயிலம்மாவைப் பார்த்த கோணம் அவனுக்கு வெட்கத்தை ஏற்படுத்தியது. மேசைக்கருகில் தலைமையாசிரியர் இளைஞன் அமர, கைகளை வாயில் சேர்த்து வைத்து, அவனின் மிக அருகில் போய் மைதீட்டிய கண்களால் குனிந்து பார்த்தாள் அவள். அப்போது தான் இவன் தலைமையாசிரியரின் அடைத்திருக்கும் கதவைத் திடீரென்று தள்ளிக்கொண்டு உள்ளே போய் அக்காட்சியைப் பார்த்தான். இனிமேல் அங்கு மயிலம்மா தலைமையாசிரியரைப் பார்க்க வருகையில் எந்தக் காரணத்தாலும் தான் தெரிந்தோ, தெரியாமலோ வரவே கூடாது என்று திட சங்கல்பம் செய்தான்.

அன்றிரவில் வானத்தில் ஒரு நட்சத்திரம் கீழே விழுந்ததைக் கண்டான் மயிலம்மாவின் இந்தச் சக ஆசிரியன். மறுநாள் மயிலம்மாவை அவன் பார்த்தபோது அவன் கண்களில் வழக்கமாய் இருக்கும் மின்னல் ஒளியைவிட அதிகம் ஒளிச்சுடர்கள் வீசின. அது அவனுக்கு ஆச்சரியமாக இருக்கவில்லை.

இன்னொரு விசயம். அவனும் தலைமை ஆசிரியனும் தமிழ் பி.ஏ. படித்தவர்களாதலால் தமிழ்க் கவிதையில் இருவருக்கும் ஈடுபாடிருந்தது. இவன் சின்னச்சின்ன காவியங்கள் எழுதுவான்.

அவற்றைத் தலைமை ஆசிரியன் மிகவும் புகழ்வதோடு, ஓரிரு திருத்தங்கள் செய்வான். எனவே, மயிலம்மா உள்ளே நிற்பாளோ, நிற்கமாட்டாளோ என்று பயந்தபடி மூடியிருந்த சுழலும் அறைக்கதவைக் கொண்ட ரூமில், தலைமையாசிரியனைப் பார்க்கப் போனான். நல்ல காலம், கண்களிலும் கன்னத்திலும் காவியங்களை எழுதும் மயிலம்மா தமிழ்க் கவிதைப் பக்கம் வரவில்லை என்று நிம்மதிப் பெருமூச்சு விட்டான் அவன்.

தலைமையாசிரியன் ஒரு மொழித்தூய்மையாளன். பேச்சுமொழி அவன் வாயில் வராது. எழுதுவதுபோலவே பேசுபவர்களின் இயக்கத்தில் ஓர் உறுப்பினன் அவன். அவன் நண்பன் பலகாலமாக இந்த முயற்சியை வெறுத்து வந்திருப்பவன். இருவரும் அந்த விசயத்தில் வேறுவேறு கொள்கையுள்ளவர்கள். ‘நல்ல காலம் உன் காவியங்களை எழுத்து மொழியில் எழுதுகிறாய்’ என்று தலைமையாசிரியன் லேசான கண்டனத்தை முன்வைத்தான். எப்போதும் மிகச் சரியாகச் சவரம் செய்து கொண்டுவரும் அவன் முகத்தில் மிகமிக லேசான புன்முறுவலுடன் அதைச் சொன்னான்.

அப்படித் தலைமையாசிரியன் சொன்ன அன்று மயிலம்மாவின் சக ஆசிரியன் தன்னைச் சுற்றி முல்லைப் பூக்களின் மணத்தைச் சுவாசித்ததன்றி, வேறேதும் உணரவில்லை. அன்றுகூட உடலில் ஒரு கண் வாதுமைக் கொட்டையின் வடிவில் தோன்றியது. அன்றைக்குப் பள்ளியிலிருந்து மாலையில் தனியாய்ப் புறப்படும்போது மனம் வெறிச்சோடியது போல காணப்பட்டது.

அன்று, மாதாக் கோயிலின் நடுவாசலைக் கவனித்தான். சுமார் 20 அடிகள் உயரமுள்ள நடுவாசலுக்கு வலது, இடது பக்கங்களில் பெரியதும் சிறியதுமாக இரண்டு பக்கங்களிலும் இரண்டு வாசல்கள். அவற்றில் நான்கைந்து பேர் பலத்துடன் இரண்டு கைகளையும் பலமாய்த் தள்ளினால் மட்டும் திறக்கும் மரத்தால் செய்யப்பட்ட பெரியகதவுபோலவே சிறிய வாசலுக்குச் சிறிய கதவு. எல்லாம் பிரமாண்டமானவை. அச்சிறிய இருபக்க இரண்டு வாசல்கள் வழி பக்தர்கள் கோயிலுக்குள் போவதும் வெளியில் வருவதுமாய்க் காட்சி தந்தனர். மைய வாசல் ஒரு பழைய கல்லாலான கோபுரச் சுவரில் நடுவில் எப்போதும் பூட்டப்பட்டிருந்தது. ஆனால், அன்று மட்டும் நடுவாசல் முழுவதும் திறந்து கிடக்க நாணத்தாலும், உணர்வின் நுட்பங்களாலும் உடல் செய்யப்பட்ட மயிலம்மா என்ற பெண்,

நடுவாசலில் ஆயிரம் சூரியனின் ஒளியுடன் தென்பட்டாள். இடதுபுறமாய்த் தலையைச் சாய்த்தபடி அவளுடன் பிறந்த நித்தியமான அழகுடனும் சொல்லமுடியாத பெண்மையுடனும் கோயில் கதவுகள் திறந்தபடி இருக்க, அழகின் சொரூபமாய் நின்றாள். கனவா, நினைவா எனச் சொல்லமுடியவில்லை.

அப்புறம் தலைமையாசிரியனுக்கும் அவளுக்கும் திருமணமானபோது அவன் வேறொரு பள்ளிக்கு மாற்றலாகியிருந்தான். எனவே, தன் நண்பனான தலைமை யாசிரியன் திருமணத்துக்குப் போகமுடியாமலிருந்தது. பலர் அவள்மீது கொண்ட ஏதோ காரணங்களால் திருமணத்துக்குப் போகவில்லை. அவளை எல்லோரும் காதலித்ததே அதற்குக் காரணமென்று சிலர் கிசுகிசுத்தனர் என்று இவன் கேள்விப்பட்டான். அவள் வீட்டில் பெரிய எதிர்ப்புக்கிடையில் துணிச்சலாய்த் தலித் பிரிவைச் சேர்ந்த, அவனை உயர்சாதியைச் சேர்ந்த அவள் மணம் புரிந்து குடும்பத்தில் எல்லோருடைய புறக்கணிப்பையும் சில சொட்டுக் கண்ணீருடன் சகித்துக் கொண்டாள். அவள் தந்தை ‘எப்படி உலகத்தில் இல்லாத ஒரு காரியத்தை இவள் செய்வாள்’ என்று எல்லோர் முன்னிலையிலும் பள்ளியில் வந்து சாபம் போட்டுவிட்டுப் போனதைப் பற்றிப் பலர் பேசினார்கள்.

காலம் உருண்டோடியது. அவன் வாழ்க்கை மிகவும் மாறிவிட்டது. அவர்கள் இருவரையும் மறந்துவிட்டான் என்றே சொல்லலாம்.

மயிலம்மாவுக்குத் தலைமையாசிரியனுடன் திருமணமாகியது. பத்து வருடங்கள் சரியாக ஆனபோது கணவன் இறந்துபோனான். இரண்டு பெண்களை அவளுக்குப் பெற்றுக்கொடுத்தான். தலைமையாசிரியனின் நண்பன் தனது பணி ஓய்வுக்குப்பின் தன் சம்பளப் பிரச்சினைகளின் பொருட்டு மாநிலத்தின் தலைநகரில் தனக்கு வேலையிருந்த அதே அலுவலகத்தில் பல ஆண்டுகளுக்குப் பிறகு அவளைப் பார்த்தான். அப்போது அவள் அதே பெண்ணாய்க் கண்களில் தீற்றிய கறுப்பு மையுடனும் அழகுடனும் தன்னைச் சுற்றிப் பறக்கும் பச்சைக்கிளிகளுடனும் கண்டாள்.

நான்கைந்து நாட்களும் பிரதானச் சாலையிலிருந்து சுமார் அரை பர்லாங் தள்ளி உள்ளேயிருந்த அலுவலகத்தின்

பழைய கட்டடத்தில் தத்தம் வேலையைச் செய்யும் ஒரு சோம்பேறிக் குமாஸ்தாவின் நடைமுறையைப் பொறுத்துக் கீழே இருந்த காபி அருந்தும் இடத்தில் சந்தித்தனர். கடைக்கு வெளியில் போடப்பட்ட மரங்களுக்கிடையில் நிழலும் ஒளியும் விளையாட்டுக் காட்ட பலகாலக் கதையைப் பேசினார்கள்.

நிழலுக்கிடையில் இருளுக்கிடையில் கிளை தெரியாத அளவு பூத்துக்குலுங்கி எல்லாத் திசையிலும் காற்று வீசுகையில் மயிலின் தோகையை வீசிக் காட்சி தந்தாள் மயிலம்மா; அல்லது திடீர் திடீர் எனக் காற்றில் பறந்து முன்புபோல் பூப்போட்ட சாரியுடன் காணப்பட்டாள் மயிலம்மா. கீழ்ச்சாதிக்காரனை அவள் திருமணம் புரிந்ததால் மூன்றாம் வகுப்பிலேயே அவள் தங்கை படிப்பை நிறுத்தினார், ஆணவம்மிக்க மயிலம்மாவின் தந்தை. முன்புபோலவே அழகிய உடம்புக்குள்ளேயிருக்கும் வெட்கத்தையும் பெண்மையையும் ஒன்றுதிரட்டி முகம், கழுத்து எனக் கைகளின் அரவணைப்புக்கு உள்ளாக்கிப் பெண்குலம் முழுவதும் ஒளித்து வைத்திருக்கும் லஜ்ஜையை அவ்வப்போது காட்டி ஒரு குலுங்கல், ஒரு அசைவு என அதே மயிலம்மா காட்சித் தருவதும் வானத்தில் பறப்பதுமாய் ஆச்சரியம் புரிந்துவிட்டு, இருவரின் அலுவலக வேலையும் முடிந்த பின்பு, மதியம் நகரின் ஒரு நல்ல ஹோட்டலில் உணவருந்த, அவள் அவனை அழைத்தாள்.

வழக்கமாய் ‘ஸார்’ என்று அவனை அழைப்பதற்கு மாறாய் ‘ஐயா’ என அழைத்துப் பிடிவாதமாய் அவளே இருவருக்கும் உணவுக்குப் பணம் கொடுத்தாள். அப்போது மறைந்த தலைமையாசிரியனான தன் கணவன் பேசுவதுபோல் அவளை அறியாமல், ‘ஐயா’ என்றாள். சகஜமாக ஸார் என்று அவனை அழைக்கவில்லை. அவளுடைய கணவனான மனிதன் வாழ்நாள் எல்லாம் மொழித் தூய்மைவாதியாய் வாழ்ந்திருக்கிறான். அப்போது கடைசியாய்ச் சொன்னாள்: ‘சாகும்போதும், டாக்டர் ஜுரம் எப்படி இருக்கு?’ என்று கேட்டால் அதைத் திருத்தமாய்த் தூயமொழியில் மாற்றி ‘மருத்துவரே, காய்ச்சல் எப்படி இருக்கிறது?’ என்பதுதான் சரியானது என்று கூறிவிட்டுப் போய்ச் சேர்ந்துவிட்டார் உங்கள் நண்பர் என்றாள்.

நான்கு நாட்களும் அவள் சொன்ன அவளின் வாழ்க்கைச் சம்பவங்கள் அவளின் மனதிலிருந்து நீர்வீழ்ச்சிபோல்

கொட்டியது. அவள் அழகால்தான் வாழ்வின் வேதனைகளைத் தாங்கியிருப்பாள் என்று வினோதமான ஓர் எண்ணம் ஒருநாள் இரவில் தூக்கமில்லாமல் காலையில் வரை உடலை முறித்துக் கொண்டு எழும்ப மனமில்லாமல் அவன் கிடந்தபோது, அவன் மனத்திரையில் மயிலொன்று தோன்றி, அதன் தோகையால் எழுதியதுபோல் வந்தது. அதன்பின்பு மயிலில் அவன் சவாரி செய்து போய் ஒருமுறை மேகத்தில் மறைந்துபின்பு தரைக்கு விரைந்தான். இப்படிக் கனவுகள் அல்லது நினைவு போன்று மறதிகள். அப்புறம் மறதிகள் எறும்புகளாயின. சாரி சாரியாக மலையடிவாரத்தில் வெற்றிலைக்கொடி சுற்றிப் படர்ந்த பலாமரத்தில் முழுவதும் பலாப்பழங்கள் வயதான பெண் மார்புகளாய்த் தொங்கிக்கொண்டிருக்க அவன் விழிக்கிறான் கண்களை நன்றாகத் தடவிக்கொண்டு. மயிலம்மா மயில் அகவுவது போல் தூரத்தில் செடிகொடிகளுக்குள் அகவுவதும் நிறுத்துவதும் மழைக்கால வானத்தில் தூரத்தில் கேட்கும் ஓசைகளும் குமுறல்களும்போல் தோன்றி மறைகிறாள்..

ஒருநாள் தலைமையாசிரியன் கதவைத் திறந்து போட்டிருக்கிறானே என்று ஏதோ நினைவில் அவன் அறைக்குள் ஒரு பைலைத் திறந்தபடி அவசரமாய் போனபோது அந்தப் பெண் தலைமையாசிரியர்களுக்குக் கொடுக்கப்பட்டிருந்த உள்பக்கக் கழிவறையில் உள்ள ஸிங்கில், சாவகாசமாய் முகம் கழுவித் தலைமையாசிரியன் பயன்படுத்தும் வெள்ளைத் துண்டினால் தன் முகத்தைத் துடைத்துக்கொண்டிருந்தாள். திருமணம் நடந்திருக்கவில்லை. அவன் திடீரென்று ஸாரி என்று கூறி அறைக்கு வெளியில் பாய்ந்து வந்து நிற்கிறான். தலைமையாசிரியன் ஓடிவந்து அவன் கையைப் பிடித்து ‘என்ன வேலை இது ஸாரியாம் ஸாரி’, என்று அதிர்ச்சி அடையாமல் கேட்டபடி கையைப் பிடித்து உள்ளே அழைத்ததைப் பார்த்து அதிர்ச்சி அடைந்த மயிலம்மா, இரண்டு மூன்று நாள்கள் ‘ஸார்’ என்று அவனுடன் சகஜமாகப் பேசாவிட்டாலும் பின்பு சகஜமாகிவிட்டாள்.

அந்தப் பள்ளியில் அவளுடனும் தன் நண்பனான மொழித்தூய்மை இயக்கத்தைச் சேர்ந்த தலைமையாசிரியனுடனும் நண்பனாய் தான் வாழ்ந்த அந்தக் காலம், அவன் வாழ்வில், மிகச் சிறியதுதான். ஆனால் அக்காலம் ‘தன் வாழ்வின் முழுமையையும் ஏன் நிறைத்தது’ என்று தனக்குள் கேட்டுப் பார்த்தான். தனது

கவிதைகள், இப்போது யாரும் எழுதாத பழைய வகைக் காவியங்கள் என எண்ணினான். தனக்குள் இருக்கும் ஒருவித பழமை! ஓ, அது தான் தனது மனநிறைவுக்குக் காரணமோ? என்று யோசித்தான். அவள் போன்ற பல பெண்களைப் பல இடங்களில் தன் பள்ளி அனுபவத்தில் கண்டிருக்கிறான். சில பெண்கள் இன்னொரு வேளையில் சந்திக்கும்போது நினைவில் தங்காமல் போய் விட்டதுண்டு. அப்பெண்கள் என்ன ஸார் இரண்டு ஆண்டுகள் உங்களுடன் பணி புரிந்தேன். என்னை நினைவில்லையா உங்களுக்கு என்று கிண்டலடித்துவிட்டுப் போனதுண்டு.

அவனுக்கு மீண்டும் ஒரு கண் முளைத்தது.

இவள் ஏன் வெறும் இரண்டு ஆண்டுகள் மட்டும் தோன்றினாலும் தொடர்ந்து மனதின், உள்ளறையில் போகும் அளவு முக்கியமாகி விட்டாள்? அவளது அழகா! அப்படியென்றால் அந்த அழகு எது? அவள் காதுகளா? குண்டலங்களா? பொன்னால் செய்த தொங்கும் செவிக் குண்டலங்கள் அந்த ரோஸ் நிறக் கன்னத்தில் தொட்டுத்தொட்டு ஆடுவதாலா? கருப்பு முடி புகைபோல் தலையின் வகிடால் இருபக்கமாய்ப் பிரிவு செய்யப்பட்டிருப்பதா? அந்தக் காலத்தில் யாரும் உதட்டுச் சாயம் பூசமாட்டார்கள். அவளும் பூசமாட்டாள். எப்போதும் தான் பூக்களுடன் இருப்பவள் என்று நினைப்பவளாகையால் பூப்போட்ட ஆடைகளையே அணிவதாலா? அவள் மனதில் பூப் பூப்பதை அவள் ஒரு நாளும் சொன்னதில்லை. ஆனால் அவனுக்குத் தெரியும். அதுதான் அவள் தலைமையாசிரியனான மொழித்தூய்மைவாதியின் மீது கொண்ட காதலின் பெயர். பூ! அதைத்தான் வேறு வார்த்தை தெரியாததால் அவன் அவளது அழகு என்று மனதில் ஒரு கனவை இத்தனை ஆண்டுகள் சுமந்தானா? இத்தனைக்கும் அவள் கணவன் மரணம்கூட யாரோ சொல்லித்தான் அறிந்தான். தனியாக ஓய்வுபெற்ற பின்பு, அலுவலகத்தில் நான்கு நாள். மற்றபடி இரண்டு ஆண்டுகள் அவ்வளவுதான். அவள் நிலைத்து நின்று கொண்டிருக்கிறாள். மற்ற யாரும் இல்லாமலாகிப் போனார்கள். அவள் பிறருக்கும், யாருக்கும் இப்படிப்பட்டவளாய் இல்லை. ஒருமுறை பழைய பள்ளியில் தன்னுடன் வேலை பார்த்த ஓர் ஆசிரியரைப் பல ஆண்டுகளுக்குப் பின்பு பார்த்தபோது அவள் பெயரையும் அடையாளமும் எவ்வளவு சொல்லித் தான் கேட்டாலும்

அவருக்கு அவன் சொல்வது யார் என்று பிடிபடவில்லை. நினைவில் ஒரு தூரத்தில் தெரியும் மிக உயரமான தென்னை மரம் போல அவள் மட்டும் நிற்கிறாள். அதற்கு அவள் காரணமா? அல்லது அவன் காரணமா? ஒரு வேளை அவள் கணவன் இறந்ததுக்குப் பதிலாய் அவள் இறந்திருந்தாலும் இன்று அவன் மனதில் மறையாமல் நிலைத்திருப்பதுபோல அவள் இருந்திருப்பாளா? அவனே நினைவில் உருவாக்கி வைத்திருக்கும் மாயத்தன்மையா?

அன்று அந்தக் கிராமத்தில் ஒரு கோயில் மணி அடித்ததைக் கேட்டான். இரண்டு மூன்றுமுறை அடித்த மணி, கடைசியாய் நின்றபோது அவன் பெரிய அதிர்ச்சியடைந்தான். நாதம் லேசாகி லேசாகித் தொடர்ந்து நீரில் அலை அடிப்பதுபோல அலை அலையாக ஓசை மீண்டும் மீண்டும் பிறக்கிறது. முடிந்த பின்பும் ஓசை பிறந்துகொண்டேயிருக்கிறது. வடிவங்களே சத்தியம். அவள் அவனுக்காகப் பூப்போட்ட ஆடையில் மேலிருந்து இறங்கி வந்துகொண்டிருக்கிறாள். இருவரின் முடிவில்லாத வருகைகள், ஒன்றன் பின்பு இன்னொன்று என நடக்கும் வருகை. தன் நண்பனுக்கு அவன் புரியும் சாவுச் சடங்கா இது? தன் நண்பன் தன்னுடைய உடலையும் உள்ளத்தையும் சேர்த்துவைத்து வாழ்ந்த பெண்ணை எந்த விகாரமுமின்றி ஒரு தூயதான நினைவுச் சின்னமாய் அவனுடைய மனம் மாற்றியுள்ளதா?

தலைநகரில் அவளுடன் பேசிய அந்த நான்கு நாட்களும் மறந்துபோன நாள்கள் உயிர்பெற்று வந்தது போலவும் இருக்கின்றன. அதுபோல், பூக்குமா எனத் தெரியாத ஒரு கிளையில் திடீரென மொட்டாகி, பின்பு மலரும் ஒரு மலர் போலவும் எல்லாம் அமைந்திருக்கின்றன. அவளின் மூத்த பெண் ஒரு மருத்துவர் என்றும், இளைய பெண் ஒரு பொறியாளர் என்றும் சொன்னதை அவன் சிரத்தையோடு கேட்காவிட்டாலும் அவள் சொன்ன ஒரு வரியை மறக்கமுடியாமலே இருக்கிறது: ‘நான் கலப்புத் திருமணம் செய்ததற்கு என் தந்தை என் தங்கைக்குத் திருமணம் செய்து வைத்துவிட்டு மறுநாள் தற்கொலை செய்து இறந்துபோனார், தெரியுமா ஸார்?’

அவனுக்குத் தெரியாத இந்தத் தகவலைச் சொல்வதற்கு வந்தவள் போல அவள் முகம் காணப்பட்டது. துன்பமும் துக்கமும் வலை கட்டி மீண்டும் மீண்டும் மறைக்கும் ஒரு காலையின்

முகமாய், திடீரென மிகமிக அழகானவளாய்த் தென்பட்ட அவள் அன்று, நான்காம் நாள் இறுதியில் வருகிறேன் ஸார் என்று கூறிவிட்டுப் புறப்பட்டாள். அவள் அதன்பிறகு என்றைக்கும் அவனைப் பார்க்கவில்லை. அவனும் பார்க்கவில்லை.

⓿

10

புளியமரமும் காகமும்

அவன் பெயர் ஜஸ்டின் மார்க் என்பதாகும். அவன் பேசும் தமிழ் மற்ற மதுரைக்காரர்களுடையது போலவே காணப்பட்டது.

ஜஸ்டின் மார்க் கல்லூரியில் படிப்பதற்காக வேறு ஊருக்கு வந்தான். அவன், தாயும் தந்தையும் அவன் தம்பி பிராங்கிளினுடன் வேறு ஊருக்கு வந்து அங்கு ஹாஸ்டலில் ஜஸ்டினை விட்டுவிட்டுப் போய்விட்டனர்.

ஜஸ்டின் முன்பு நின்று படித்த உயர்நிலைப் பள்ளியின் போர்டிங்கில் இப்போது அவன் தம்பி பிராங்கிளின் தங்கிப் படித்ததோடு மாலையில் ஹாக்கியும் விளையாடினான். ஜஸ்டின் எதிர்பார்த்ததோடு ஒரு தொடர்ச்சி ஹாக்கியின் மூலம் ஏற்பட்டது.

ஜஸ்டின் மதுரைத் தமிழ்ப் பேசுவதைப் பார்த்து இந்த ஊரில் பலர் அவனைத் திரும்பிப் பார்த்தனர். 'அவங்க' என்று சொல்லாமல் 'அவிங்க' என்றான் ஜஸ்டின். கொஞ்ச நாட்களுக்கு அப்புறம், யார் யார் அவிங்க என்று பேசுகிறார்கள் என்று கவனித்து அவர்களிடம் மட்டும் அவிங்க என்று மதுரைக் கிளைமொழியைப் பேசினான் ஜஸ்டின். அந்தக் கல்லூரி விடுதி மிகவும் கட்டுப்பாடானது. மாலையில் ஆறு மணிக்கு ஒரு பெல் அடித்தவுடன் மாணவர்கள், கோழிகள் கூட்டுக்கு விரைவதுபோல ஹாஸ்டல் அறைகளுக்கு விரைவார்கள். வார்டன் வெளியில் வந்து எல்லோரும் அறைக்கு வந்துவிட்டார்களா

என்று கண்காணிப்பார். முன்பு உயர்நிலைப் பள்ளியின் போர்டிங்கிலும் இப்படிப்பட்ட கண்காணிப்பு இருந்த விசயம், ஜஸ்டினுக்கு மனதில் வந்தது. அந்த நேரத்துக்குப் பிறகு அந்த ஹாஸ்டலுக்கருகில் ஈ, காக்கா வந்தால் கூட தெரியும் அளவு அங்கு அமைதி குடி கொண்டுவிடும்.

மிகப் பெரிய மைதானத்தில், சுமார் 300 மாணவர்கள் படிக்கும் விடுதி அதன் ஒரு மூலையில் இருந்தது. மாலையில் 4 மணியிலிருந்து 6 மணி வரை விளையாடுவதற்காக ஒவ்வொரு நாளும் 'பிரிடைம்' இருந்தது.

ஜஸ்டினுக்கு அதிகமும் விளையாடப் பிடிக்காது. எனவே, ஹாக்கி விளையாடும் மாணவர்களைப் பார்த்துக்கொண்டிருப்பான். பக்கத்தில் காம்பவுண்டுக்கு வெளியில் ஒரு கான்டீன் இருந்தது. பெயர் சாரதா கான்டீன். அந்தக் கான்டீனில் 'பன்னை' நடுவில் சீவி ஜாமைத் தடவிக் கொடுப்பார்கள். மூன்று திசையிலும் பிரம்பு நாற்காலிகளுடன் சிறு மேசைகள் போடப்பட்டிருக்கும். அந்தப் பிரம்பு நாற்காலி ஒன்றில் அமர்ந்து அந்தக் கல்லூரியில் படித்த நான்கு ஆண்டுகளும் அவனுக்கு ஆசை வரும்போதெல்லாம் வந்து 'பன்-ஜாம்' சாப்பிட்ட சுவையை அவனால் எப்போதும் மறக்க முடியவில்லை. பட்டரும் சேர்த்து ஜாமுடன் தடவ வேண்டுமென்றால் கொஞ்சம் அதிக விலை கொடுக்க வேண்டும். கிழக்குப் பக்கத்தில் இன்னொரு கல்லூரி காணப்பட்டது. இடையில் சுமார் 200 அடிகள் வெறும் வெட்டவெளி. புறாக்கள், குருவிகள், காகங்கள் தரையில் கிடப்பதைக் கொத்தித் தின்னும். அவ்வப்போது, ஜஸ்டின் வருவதுபோல, மாலை ப்ரீ - டைமில் வேறு சில மாணவர்களும் வந்து பன் - ஜாம் சாப்பிட்டுவிட்டு காபியும் அருந்திவிட்டுப் போய்க்கொண்டிருந்தனர். ஜஸ்டினும் அவர்களில் ஒருவன்.

***

ஆண்டுகள் பல பறந்த பிறகு, அதே ஊரில் வேலை மாற்றலாகி வந்தபோது பன்-ஜாம் தின்பதற்கு ஆவலுடன் அதே கான்டீனுக்கு வந்தவனுக்குப் பெரிய ஏமாற்றம். கான்டீன் இருந்த இடத்தில் பெரிய ஷாப்பிங் காம்ப்ளக்ஸ். கான்டீனைக் காணவில்லை.

காணப்படாத சாரதா கான்டீன் இவனுக்கு நினைவுகளில் அடிக்கடி எழுந்து வர ஆரம்பித்தது.

கான்டீன் மட்டுமல்ல. ஒருமுறை நன்றாகத் தேர்வு எழுதியிருந்தும் ஆங்கிலம் பொதுத் தேர்வில் அப்போதைய வழக்கமான ரிசல்ட் பார்க்கும் நாளிதழில் அவனுடைய எண் இருக்கவில்லை. புகழ்பெற்ற அந்தக் கல்லூரியில் மிகச் சிலரே ஆங்கிலத்தில் தோல்வியுற்றனர். உலகம் இடிந்து அவன் தலையில் விழுந்தது போலத் துக்கத்துக்கு ஆளாகியிருந்தான். உடனே அம்மாவின் மடியென்று அவனை ஏற்றுக்கொண்டது, அந்தச் சாரதா கான்டீன்தான். எவ்வளவு நேரம் என்று நினைவில்லாமல் அவனையே மறந்து, கான்டீனை நடத்துபவர்கள் பார்க்காதவாறு காலையிலிருந்து மாலைவரை, எவ்வளவு நேரம் அமர்ந்திருக்கிறான் என்ற நினைவு அழிந்து, நீல வானத்தில் நகர்ந்து போய்க் கொண்டிருக்கும் மேகக் கோபுரங்களையும் துக்கத்தையும் மட்டும் அன்று பார்த்தான். கல்லூரி என்ன கல்லூரி, தான் படிக்கத் தகுதியற்றவன் என்று மிகையாகக் கற்பனை செய்துகொண்டு துன்பப்பட்டான்.

அந்தக் கான்டீன்தான் அவனது ஒரு காலகட்ட வரலாறு. திடீரென ஒரு தீவுச் சமுத்திரத்தில் அதன் பாறைகள், செடி கொடிகள், விலங்குகள் காணாமலானது போல, அவனுடைய ஒரு பகுதி இல்லாமலானது போல, சுவடு அழிந்து மறைந்தது அது. அந்த வானம், மேகம் கூட இல்லாமலானது. அன்று தேர்வில் தோற்று வாழ்வு இனி இல்லையென்று, அவனுடைய இரண்டு நண்பர்கள் கூட அறியாதவாறு, அவர்கள் கண்ணில் படாதவாறு, துயரத்தில் - ஆழ்ந்த காட்சி பல ஆண்டுகள் - ஏன் இன்றுவரை கூட, மனதின் ஆழத்தில் ஒரு வடுவாகிவிட்டது. தேர்வின் தோல்வியாய் - இனி வாழத் தான் லாயக்கில்லை என்று நினைத்தபோது கான்டீனின் கூரை ஓலையின் கீழ் யாருமில்லாமல் ஆங்காங்கே கிடந்த பிரம்பு நாற்காலிகள் இவனை மௌனமாக அரவணைத்துத் தொடர்ந்து ஒரு வாழ்வு இருக்கிறது, பயப்படாதே மீண்டும் தேர்வு எழுது, வெற்றி பெறுவாய் என்று கூறி இவனைக் காப்பாற்றின. இப்படி ஆறுதல் பெற்று, அந்தக் கல்லூரியில் அதன்பின்பு நடந்த எல்லாத் தேர்வுகளிலும் வெற்றிபெற்றான். இன்று ஓர் உயர்அதிகாரியாக வாழ்வில் உயர்ந்த நினைவுடன், கண்களின் நீர் நிறைக்க, அந்தச் சாரதா கான்டீனை எப்போதும் இழந்து, அது இருந்த இடத்தைத் தாண்டிப் போகும்போதும் வரும்போதும் மனம் பதைக்கிறான் ஜஸ்டின் மார்க்.

***

மாநிலத்தின் தலைநகரமான சென்னை. முதுகலை படிக்க பல்கலைக்கழகத்தில் சேர்ந்த புது உற்சாகம். மதியம் ஆண்களும் பெண்களுமாக ஒரு மரத்தின்கீழ் குவிந்து டிபன் வாங்கிச் சாப்பிடும் பகுதி. எதிரில் பெரிய கடலின் நீலநிறம். முன்பு சாரதா கான்டீனில் அமர்ந்து வானத்தின் நீலநிறத்தைப் பார்த்துக் கொண்டிருந்த ஞாபகம் இங்கு கடலைப் பார்த்தபோது ஞாபக அடுக்கிலிருந்து எழுகிறது.

ஒரு பெண் ஜஸ்டினைப் பார்க்கிறாள். சற்று உயரம். அவனைப் பார்த்த உடன் பல காலம் பழகியவன் போலத் தடதடவென பேப்பர் டிரேயில் வாங்கிய உணவுப் பொருள்களுடன் அவன் அருகில் வந்து 'நீ... நீங்கள், சாரதா கான்டீனில் அவ்வப்போது பார்த்திருக்கிறேன். நானும் என் தோழி ஒருத்தியுடன் பன் பட்டர்ஜாம் சாப்பிட அங்கு போகும்போது ஏனோ உங்களைப் பார்த்திருக்கிறேன். சரிதானா? நான் அங்கிருந்த பெண்கள் கல்லூரியில் படித்தேன். முதுகலை படிக்க, அப்பா சென்னையில் இங்குதான் படித்தாராம், அதனால் என்னை இங்கேதான் படிக்க வேண்டும் என வற்புறுத்திச் சேர்த்துவிட்டார். எப்போதும் என்னுடன் இருக்கும் என் தோழி இங்கு படிக்க வரவில்லை. யாரும் நண்பர்கள் இல்லையே என்று போர் அடித்தது. நீங்கள் இருக்கிறீர்கள்.

அவன் தயங்கியபடி நின்றான். அவள் அதிக அதிக உற்சாகத்துடன் பேசிக்கொண்டிருந்தாள்.

அவன் தூரத்தில் தெரியும் நீலநிறக் கடலைப் பார்ப்பதும் அவளைப் பார்ப்பதுமாக நின்றான்.

அவன் தயக்கத்தைக் கவனித்த அந்தப் பெண் இப்படிக் கேட்டாள்.

சரிதானா, நீங்கள்தானே சாரதா கான்டீனில் 'பன் பட்டர் ஜாம்' சாப்பிட வந்து வானத்தைப் பார்த்துக்கொண்டு அப்படியே இருந்தது....?

ஓங்கி அடித்துவிடுவாளோ என்பது போல உடல்மொழி கொண்ட அப்பெண்ணிடம் லேசாக முதன்முறையாகச் சிரித்து, 'சாரதா கான்டீனில் நீங்களும் பன்-ஜாம் சாப்பிடுவீர்களா?' என்று கேட்டு வைத்தான்.

உங்க பெயர்?

என் பெயர் ஜஸ்டின் மார்க். அந்தக் கான்டூன் பன்னும் ஜாமும் போல நான் எங்கும் சாப்பிட்டதும் இல்லை, சாப்பிடவும் முடியாது.

ஏன்?

ஏனென்றால் அந்த இடத்தில் மட்டுந்தான் அந்த டேஸ்ட் என்று இறைவன் எழுதி வைத்திருந்தான்.

வேறெங்கும் அந்த டேஸ்ட் வராது என்று சொல்கிறீர்களா?

அவன் உறுதியாகச் சொன்னான். 'வரவே வராது'.

***

அவள், அவன் மனைவியானபோது மணமலர் என்று அவள் பெயரை வாய் நிறைய அழைத்தான். ஆனால், முதல் பிரசவத்தின்போது அவள் இறந்து போனாள்.

மீண்டும் ஒரு துக்கம் அவன் வாழ்வில் வந்து குடியேறியது. வெளிச்சம்பவங்களால் துக்கம் அதன் காரணமாக வருகிறது என்று, நினைக்காத ஒருவித மன அமைப்பு, தனக்குள் இருக்கிறது என்று மீண்டும் நினைக்க ஆரம்பித்தான். அதனால்தான் முன்பு தேர்வில் தோற்றபோதும் தான் அப்படித் துக்கத்தால் நாலாப்பக்கமும் வேலியிடப்பட்டேன் என்று நினைத்தான்; தனக்குத் துக்கம் வர வைப்பதற்காக அவளுக்கு மரணம் வந்தது. அவள் வேறு யாரையாவது திருமணம் செய்திருந்தால் உயிரோடு இருந்திருப்பாள் என்று மனம் கூறியது. அப்படி நினைக்கும்படி மனஅமைப்பு உள்ளது என்று ஒரு குரல் அவனுக்குள்ளிருந்து தொடர்ந்து பேசிக் கொண்டிருந்தது. இல்லை உண்மையும் அதுதான் என்று நினைத்தான்.

இளமையில் கல்லூரியில் படித்த அதே ஊருக்கு மீண்டும் இன்னொருமுறை இத்தனை ஆண்டுகளுக்குப் பிறகு வந்திருக்கிறான். எத்தனை ஆண்டுகளுக்குப் பிறகு! இப்போது அரசு ஊழியன். உயர்அதிகாரி. தனக்கு என்றே ஒரு நீலநிற ஜீப். ஒரு தனி ஓட்டுநர். சுமார் 50 பேர் தனக்குக் கீழ் வேலை செய்கிறார்கள்.

சோர்வு தட்டும்போது தனது தம்பி பிராங்கிளின், அவன் மனைவி, இரண்டு குழந்தைகளுடன் நிம்மதியாய் மத்தியதர

வாழ்க்கை வாழும் பக்கத்தூருக்கு ஜீப்பில் போய் அவர்களுடன் இருந்துவிட்டு வருவான்.

மணமலரின் மரணத்துக்குப் பிறகு அப்படியே இருந்துவிட்டான்.

அலுவலகத்தில் ஏதோ வேலையென்று மாவட்டத்தின் தலைநகரில் இருந்த கலெக்டர் அலுவலகத்திற்கு நீலநிற ஜீப்பில் போய்விட்டுத் திரும்பும்போது சாரதா கான்டீன் இருந்த அதே இடத்தில் எழுந்து நிற்கும் பில்டிங் காம்ப்ளெக்ஸ் அவனை அழைப்பது போல் படுகிறது. நாலாப்பக்கமும் முன்புபோல் முள்கம்பி வேலிக்கு நடுவில் சுமார் இரண்டு ஏக்கர் நிலத்தின் நடுவில் காணப்படும் ஒற்றைக் கட்டடமாய் காம்ப்ளக்ஸ் தெரிகிறது. இந்த ஊருக்குப் பெரிய அதிகாரியாய்ப் பதவி உயர்வுபெற்று வந்து சுமார் ஓராண்டு ஓடிவிட்டது. கட்டடத்தில் நாலாப்பக்கமும் சில கார்கள் நின்றன.

ஜஸ்டின் மட்டும் இறங்கி ஏதோ ஓர் உந்துதலால் காம்ப்ளக்ஸ் கட்டடத்தில் பல நினைவுகளுடன் நுழைகிறான். மணமலர் முதன்முதலில் சென்னையில் சந்தித்தபோது சாரதா கான்டீனில் என்னைப் பார்த்ததாய்ச் சொன்னாள். அந்த அவள் பேச்சும் தோற்றமும் ஏன் மறக்காமல் தங்கிவிட்டது. அந்தப் பேச்சுத்தான் காரணமா? பல பெண்கள், பக்கத்துக் கல்லூரியிலிருந்து வந்து போவார்கள் அந்தக் காலத்தில். அவள் அவர்களில் ஒருத்தியாய் இருந்திருக்கலாம். ஆனால் அப்போது நான் அவள் மனதில் பதியக் காரணம் என்ன? எப்போதோ பார்த்த என்னை அகஸ்மாத்தாய்ச் சென்னையில் திடீரென மீண்டும் பார்ப்பதும் நடக்கக் கூடியதுதான். யாருக்கும் யாரையும் நினைவு வைக்க முடியுமா என்ன? அல்லது அவள் ஒரு விசேஷ ஆற்றலால் என்னை மறக்காமல் இருந்தாளா? காலம் எல்லாவற்றையும் மறக்கடிக்கும் என்பார்கள்.

27ஆண்டுகளும் இரண்டு மாதங்களும் பத்து நாளும் ஆகிவிட்டன, முதல் கர்ப்பத்தில் அவள் மறைந்து போய்.

***

கட்டடத்தில் உள்ளே நுழைந்தபோது, சாரதா கான்டீன் என்ற பெயரில் 'பாஷ்' தோற்றத்தில் 'புதிய சாரதா கான்டீன்' ஒன்று உள்ளே காட்சித் தருகிறது.

அதில் சில பெண்கள். புதியவிதமான அலுமினியமும் கண்ணாடியும் சேர்த்து அமைக்கப்பட்ட உயரமான மேசைகளில் உயரமான ஸ்டூல்களில் ஏறி அமரும்படி சீட் அமைந்திருக்கிறது. ஆனால் பன்-பட்டர்-ஜாம் இப்போதும் இங்கே பலர் சாப்பிடுகிறார்கள்.

ஒரு 'ஷெப்' தோற்றத்தில் ஒருவன் ஜஸ்டினை வரவேற்கிறான். முன்பிருந்த இருக்கையைத் தேடுவதுபோல் ஜஸ்டின் பார்க்கிறான். முடி நரைத்திருக்கிறது. டை கட்டியிருக்கிறான். ஓரிரண்டு ஆண்டுகளில் பணியிலிருந்து ஓய்வு.

'ஸார் பழைய சாரதா கான்டீனைத் தேடுகிறீர்களா? உங்கள் பார்வையில் இருந்து கண்டுபிடித்துவிடுவேன். பன்-ஜாம் மட்டுமா? பட்டரும் வேண்டுமா?"

அடுக்கிக்கொண்டே போகிறார் 'புதிய சாரதா கான்டீன்' சொந்தக்காரர்.

ஜஸ்டின் லேசாகச் சிரிக்கிறான். ஒரு ஸ்டூலில் போய் அமர்கிறான். பெரிய பில்டிங் காம்ப்ளக்ஸில் கிழக்குப் பக்கமாய் இந்தப் புதிய சாரதா கான்டீன்.

ஒரு மிலிட்டரிக்காரர் ஜீப்பில் இருந்து மிலிட்டரி ஆடையுடன் இறங்கி, ஒரு சுமார் பத்து வயது பெண்குழந்தையுடன் வந்து கான்டீனில் இன்னொரு மூலையில் இருவரும் அமர்கிறார்கள். ஓடிப்போய் மிலிட்டரிக்காரர் கைகளைப் பிடித்துக் குலுக்கிய கான்டீன் சொந்தக்காரர் குழந்தையைப் பார்த்து 'வெல்கம் மை பிரிஷியஸ் கஸ்டமர்' என்று தலையில் தடவினார். ஆனால் மிலிட்டரிக்காரர் சிரித்தாரே ஒழிய ஏதும் சொல்லவில்லை. பெண் குழந்தை 'மெனுகொடுங்கள் அங்கிள்' என்று மகிழ்ச்சியுடன் சொன்னது.

ஜஸ்டின் சற்று அதிகநேரம் எடுத்து கான்டீனை நோட்டம் விட்டான். கிழக்குப் பக்கம் புளியமரம். காகம், புறா, குருவிகள், அணில், புளியம்பூ உதிர்ந்திருந்த தரையில் திடீரென யாரோ சுள்ளென அடித்த சூரிய நிழலில் அசைந்தது போலத் தென்பட்டது. மணமலர் முதன்முதலில் என் உருவத்தை மனத்தில் பதிவு செய்தது உண்மையென்றால் அந்தப் பதிவு, கொஞ்சம் ஆண்டுகளைத் தாண்டிக் காற்றில், நிழலில், நிலைநிற்கும் ஆற்றலைக் கொண்டிருப்பது சாத்தியம்தான்.

பன்-ஜாம் மட்டும் சாப்பிட்டபடியே நினைவுகளில் ஆழ்கிறான். என் சரதா கான்டீன், வாய் முணுமுணுக்கிறது.

அதே பன்-ஜாம்தான் இது. சுவைக்கும் ஞாபகத்துக்கும் தொடர்பிருக்கிறது.

நேற்று கண்ட கனவு நினைவுக்கு வருகிறது ஜஸ்டினுக்கு.

ஒரு கூட்டம் நாரைகள் நீண்ட கால்களுடன் திடீரென வானத்தில் இருந்து பெரிய சத்தத்துடன் வெளிப்பட்டுத் தரையில் கீழே இறங்குகின்றன.

சற்று நேரத்தில் கௌன்டரில் சென்று கான்டீன்காரருக்கு பர்ஸ் திறந்து எவ்வளவு எனக் கேட்டுப் பணத்தைக் கொடுத்துவிட்டு, மௌனமாய் ஏதும் சாப்பிடாமல் இருப்பது போல் தெரியும், மிலிட்டரிக்காரரையும் பெண் குழந்தையையும் பார்க்காமல் ஜீப்பில் வந்து ஏறுகிறான் ஜஸ்டின் மார்க்.

0

11

நாடு

அந்த மனிதன் மேலாடை ஏதும் இல்லாமல், கைகால்களில் புதர்போல் கறுப்பு மயிர் குவிந்து கிடக்க, பெரிய மீசையுடனும் சிவந்த கண்களுடனும் காணப்பட்டான். அதுவொரு பெருங்காடு. ஆள் நடமாட்டமின்மையால் வரும் ஒரு வகை ஓலம் ஓ, ஓ எனக் கேட்டது; சாட்டை போல் வீசிய சிவப்பு மின்னலின் பாய்ச்சலுக்குள், ஒரு மரநாய் திடீரெனத் தோன்றி மறைந்தது.

அவனுடைய மலை ஓரக் குடிசைக்குள் இறந்து பிறந்த குழந்தையை எடுத்துத் தன் இடுப்பிலிருந்து பிடுங்கிய குத்து வாளைக் கொண்டு பிளந்தபோது, அக்குழந்தையைப் பெற்ற சோர்வில் மூலையில் கிடந்த மீசைக்காரனின் மனைவி, “குழந்தை வாளின் நிழலைப் பிடிக்காதபடி அதன் உடலைப் பிளந்து புதைத்துவிட்டு வா” என்று கூறி ஆயாசம் தீரும் படி கொட்டாவிவிட்டு*k* கவிழ்ந்து படுத்தான். அப்போது இன்னொரு சிவப்பு நிற மின்னலுடன் பக்கத்துப் பனை மரத்தில் இடி விழுந்து எரிந்தது மரம்.

சூறைக்காற்றுடன் மழை ‘சோ’ என்று தீராமல் அடித்து ஓய்ந்தபோது சூரியன் மேற்கில் இறங்க, இருள் சமுத்திரம் போல் ஓங்கார அலை அடித்து எல்லா இடங்களிலும் பரவியது. எலும்புக்கூடுகள் மரங்களுக்கிடையில் நடனமிட்டன. பிரமையும் வெளிச்சச் சாட்டை வீச்சுகளும், உடைத்து

எறியப்படும் கால்களுமாகத் தெரிந்தன. ஒளி உடைந்து இருள் கயிற்றில் சடை பின்னி - பைத்தியக்காரனின் பார்வை போல் வானம் திடீரென்று திட்டுத்திட்டாய் வெளிறியது.

அந்தப் பழைய கால மனிதன் "இது என்ன கனவுக்குள் கனவுகளாய்த் திரைகள் தென்படுகின்றனவே" என்றான்.

இவ்வளவு நேரம் பார்த்தது என்ன, ஒரு கனவா?

அலுவலகத்துக்கு அன்று போகாமல் உடல் அசதியால் மதிய உணவுக்கு முன்பு வசதியான மலேயா முஸ்லிம்கள் கட்டுவது போல உடுத்தியிருந்த கைலியுடன் தூங்கி எழுந்து கைக்கடிகாரத்தைப் பார்த்தார் சுந்தரராஜன்.

மீண்டும் அப்போது பிறந்து செத்த குழந்தையின் முகம் எங்கும் இரத்தக் கொடியும் நிணமும் பூசியபடி தெரிகிறது. கண்களை நன்றாகப் பக்கத்து அறையில் போய் பேசினில் 'ணங்ணங்' என்று விழும் குழாய்நீரில் கழுவி விட்டு வந்தார் என்றாலும் செத்த குழந்தையை வாளால் வெட்டும் காட்சி அவரை விட்டு ஏனோ போகவில்லை.

ஒரு குரல் கேட்கிறது: சூத்திரப் பயலே உன் மனதில் இரண்டாயிரம் ஆண்டுகளாய்க் கிடந்து ஊறும் ஊற்றுத்தான் அந்தக் காட்சி என்பது புரியவில்லையா?"

அம்பேத்கர் கையில் ஒரு புத்தகத்துடனும் கறுப்பு கோட்டுடனும் கண்ணில் கண்ணாடியுடனும் சாய்ந்து அமர்ந்து சமஸ்கிருதத்தில் எழுதப்பட்டிருக்கும் புத்தகத்தைப் படித்துக்கொண்டிருக்கிறார்.

சுந்தரராஜனின் துணைவியார் கொண்டு வைத்துவிட்டுப் போன சூடான, சர்க்கரை போடாத, காபியை எடுத்து ஊதி உதடுகளில் வைக்கப் போனபோது எதிரில் இருக்கும் ஓவியம் சுந்தரராஜனை அழைத்தது, அதன் கார்ட்டூன் போன்ற கரங்களால்.

அந்த ஓவியம் கிழித்து வீசப்பட்ட துண்டுகளால் ஒட்டி உருவாக்கப்பட்ட ஒரு மனிதனும் நாயும் என்ற தலைப்பிட்ட படம். சட்டமிட்டு சுவரில் தொங்கியது. நாய் மனிதனைவிடப் பெரிதாய்த் தெரிகின்றது. சுந்தரராஜன் சிரித்துக்கொண்டார்.

மீனவக் குப்பத்தினர் வாழும் குடிசைகள் சற்று தூரத்தில் உள்ளன. உப்பளத்தில் வேலை செய்பவர்களின் உடலும் வானத்தின் எல்லையும் ஒரே கோட்டில் இணைவது தெரிந்தது.

போலீஸ்காரர்கள் வந்து பாதி எரிந்த இளம்பெண்ணின் உடலை எடுத்து மருத்துவமனையில் சேர்த்தனர் என்று செய்தி வந்திருந்தது.

பக்கத்தில் போலீஸ் ஸ்டேஷனில் வடஇந்தியத் தொழிலாளர்கள் நான்கு பேரைத் தலைகீழாகக் கட்டித் தொங்கவிட்டிருந்தார்கள், காவலர்கள். அவர்கள் மீது சந்தேகம் என்று போலீஸ் செய்யும் செயல் இது என்று சொல்லியபடி ஒருவர் வேட்டியை, ஒரு கையால் பற்றியபடி காலை நடைப்பயிற்சிக்குப் போகிறார், பீடியை இழுத்துக்கொண்டே. பக்கத்தில் பாண்ட் சட்டையுடன் நடைப்பயிற்சியில் ஈடுபட்டிருக்கும் அவருடைய நண்பரிடம் விளக்கிக்கொண்டு நடந்தார். தூரத்தில் ரோட்டில் பஸ் ஒன்று விரைவாய்ப் போவதை இருவரும் பார்த்தனர்.

வேட்டியைக் கையால் பிடித்தவர், பெண்களைக் கொன்று உடலையும் நெருப்பிலிட்டிருக்கிறார்கள் என்றார்.

பாண்ட் அணிந்தவர் தன் நண்பரை ஏறெடுத்துப் பார்த்தாரே ஒழிய ஏதும் சொல்லவில்லை.

சுந்தரராஜன் கண்கள் திறந்து தன் வயோதிகத்தாலும் மிதமிஞ்சிய குடியாலும் கட்டுப்பாடற்று வரும் வாயின் நீரைத் துடைத்துவிட்டுத் தன் கையின் விரல்களுக்கிடையில் காணப்பட்ட, தன் மூதாதையர் உபயோகப்படுத்திய, அந்தப் பழைய நூலைப் பாதித் தூக்கத்தோடேயே பார்த்தார்.

தன் இரு கண்கள் சிவந்து பலப்பல கண்களாய் இருப்பதைப் பார்த்தார். அப்போது ஓர் இலையானது கால்கள் பெற்று பச்சை நிறக் காளான் போல் வாய் திறந்து கேட்டது 'சுந்தரராஜா சாகப்பயமா?'

"இல்லை உடம்பிலிருந்து எது வெளியேறினாலும் சுகம்."

இருக்கும்போதே இல்லாமல் போவது பற்றிப் பல நாட்கள் அசை போட்ட மனத்திலிருந்து தன்னை அறியாமல் வந்த வாக்கியம் அது. தளிர்களால் நிறைந்த ஒரு செடியின் அசைவால் பீதியடைந்த வண்ணாத்திப் பூச்சிகள் பிலுபிலுவெனப் பறந்து பக்கத்தில் தெரிந்த, இடிந்து பல வருடங்களாய்ப் பாசி பிடித்த, கட்டடத்தில் அமர்ந்தன. வளர்ந்திருந்த புல்லில் காலை இளஞ்சூரியனின் வர்ணஜாலம் தெரிந்தது.

சுந்தரராஜன் இரண்டாயிரமாண்டு பழமையாலும் எதிரிகளின் வஞ்சனையாலும் ஏற்பட்ட துக்கம் பீடித்த தன் குலச்சரித்திரத்தால் அழுத்தப்பட்டுக் கிடந்தார். கண்ணுக்குத் தெரியாத எருமை மாடுகளை விரட்டுவது போல, ஓங்கி ஓங்கித் தனது மிகுந்த வலிமை கொண்ட கைகளால் எதையோ விரட்டிக்கொண்டே கிடந்தார்.

பார்க்க விரும்பாத அந்தக் காட்சி மெதுவாய்த் தனது தசையின் செல்கள் வழி உள்நுழைந்து மூளைக்குப் பயணப்படுவது தொடர்ந்தது.

தனது இருபத்தெட்டாவது வயதில் பார்த்தார்: பள்ளிக்குப் போன பதினைந்து வயதுகொண்ட, திருதிரு என்ற கண்களும், சுருட்டை முடியும் படிப்பில் படுசுட்டியுமான மகனின் இறந்த உடலைத் தூக்கிக் கொண்டு ஓடும் காட்சி.

தூரத்தில் எங்கோ, லாரியில், யாரோ பாரம் ஏற்றிக் கொண்டிருக்கிறார்கள். துடும் துடும் என்று மரங்கள், கற்கள், துண்டு துணுக்கு ஓட்டைச் சாமான்கள் எல்லாம் வீசப்படுகின்றன என சுந்தரராஜன் நினைத்துக்கொள்கிறார்.

மலேயா என்று அப்போது அழைக்கும் நாட்டை இரண்டாய்ப் பிரித்தபோது புத்திக் கெட்டுப் போய் தன் நண்பர்களோடு புதிதாய்ப் பிறந்த நாட்டுக்குக் குடியேறினார் சுந்தரராஜன்.அது சிங்கப்பூர். ஐந்து ஆண்டுகளில் அங்கிருந்து விரட்டப்பட்டபோது சென்னையில் குடியேறி பர்மாவிலிருந்து வந்த தமிழ் அகதிப் பெண்ணை மணமுடித்தார். உள்ளே ஓடிக்கொண்டிருக்கும் மொழி உணர்வும் கவிதையும் மூன்று மரபுக் கவிதைத் தொகுப்பை வெளியிட வைத்தது. முதல் தொகுப்பைப் பற்றி அறிஞர் அண்ணா அப்போது நடத்திக்கொண்டிருந்த காஞ்சி இதழில். பாராட்டப் போய் பைத்தியம் பிடித்தது சுந்தரராஜனுக்கு. கையில் இருந்த காசையெல்லாம் செலவு செய்து ஒரு ட்ரெடில் அச்சகம் தொடங்கி தான் அச்சிட்ட திருமண அழைப்பிதழ்களில் ‘நல்ல தமிழில் அடித்துக் கொடுப்படும்’ என விளம்பரம் செய்து, ஓரளவு நல்ல நிலையில் வாழ்ந்தார் என்றே சொல்லலாம். திராவிட நாடு கிடைக்கும் என்று பல காலம் நம்பிவிட்டு ஆண்டுகள் சென்றபோது திராவிட நாட்டை மறந்து ஜோஸ்யத்தில் நம்பிக்கை வைக்கலானார். சாய் பாபா பக்தரானார்.

புரண்டு படுத்தபோது முதுகில் வந்திருந்த கட்டி வலிக்க ஆரம்பித்தது. அவரை விட்டு ஓடிப் போகாத மனைவி தனது சிறுவயது பர்மாக் கனவுகளைக் கண்டு கசப்பால் காறி ஊமிழ்வதை வாடிக்கையாக்கிக்கொண்டாள். அவள் வந்து மெதுவாய் மயில்பீலியால் வலிக்காதபடி, முதுகில் காய்த்த தேங்கா எண்ணெயைப் போட்டது இதமாய்ப் பட்டது. உடல் முழுசும், மனம் முழுசும், வலிக்கிறது என்று எண்ணியபடி தான், கிடைக்கும் பணத்துக்காகத் தமிழ்நாடு முழுவதும் இரவில் நட்சத்திரங்களோடு போட்டியிட்டுப் போட்டியிட்டுத் தமிழ் வார்த்தைகளையும் கவிதையாய் உருப்பெறும் உவமை உருவகங்களையும் வெள்ளைத் தாள்களில் பிரகாசிக்க வைத்தது மனசைத் தடவுகிறது. மீண்டும் மீண்டும் தூக்கத்தின் தாலாட்டுப் பாட்டில் தன்னைக் குழந்தை போல் பாவிக்கிறார் சுந்தரராஜன்.

மீண்டும் அந்தச் செத்தக் குழந்தையை வாளால் வெட்டிப் புதைக்கும் காட்சி வந்து போகிறது. சிவப்பு, மஞ்சள், பச்சை என்ற மூன்று நிறங்களில் மட்டும் கத்தியின் கைப்பிடி நிறம் பூசப்பட்டிருக்கிறது.

விக்டர் பாபு, சிவசு நடத்தும் ஆன் லைன் புதன்கிழமை இலக்கியக் கூட்டத்தில் பாளையக்காரர்கள் கால சரித்திரம் பற்றிப் பேசுகிறார். தமிழர்களைப் பதினைந்தாம் நூற்றாண்டுக்குப் பிறகு விஜயநகரத்தினரால் நியமிக்கப்பட்ட நாயக்கர்கள் ஆண்டதை ஞாபகப்படுத்துகிறார் அவர். சுந்தரராஜனுக்கு, ஆங்கிலேயர்கள் முன்னூறு ஆண்டுகளுக்கு முன்பு மலேயா எனக் கூறப்பட்ட நாட்டுக்குச்சாட்டை அடிகளுடன் கப்பலில் அனுப்பப்பட்ட தன் முன்னோர்களை நினைக்கையில் நரம்பு முறுக்கேறும். மலேயாவில் தானும் நண்பர்களும் அறுபதுகளில் மேடைதோறும் மரபுக் கவிதை பாடி, தமிழ்ப்பெருமை பாடிய ஞாபகம் ஒரு கறுப்பு ராட்சத பறவைபோல் வருவதைக் கண்கள் மின்ன மின்னக் காண்கிறபோதும் தன் மகனை இழந்த துக்கம் நெஞ்சைப் பிளப்பதை உணரத் தவறுவதில்லை. விரல்களை அந்த மஞ்சள் நிறம்படிந்த அறுநூறு பக்கங்களுக்கும் குறையாத ஆதிகாலப் புத்தகத்தில் தன்னை அறியாமல் தடவுகிறார். இரண்டாயிரம் ஆண்டுகளைத் துளைத்துக்கொண்டு - விரல் சரித்திரத்தில் பயணிக்கிறது. 2009-இல் மட்டும் தினம் தினம் செய்தித்தாளில் வரும் செய்தியைப் பின்பற்றி, ஆறு எழுத்துப் பெயர் கொண்ட தலைவனைப் புதிய தூதனாய்க்

கருதி, அவனைத் தேட ஆரம்பித்தார். வடக்கே மசூதியை உடைத்தபோது கைகளை முறுக்கிச் சுவரில் ஓங்கிக் குத்திக் கொண்டே நின்றார். நாசக்காரக் கூட்டம் வந்துவிட்டது என எண்ணினார்; மலேசியாவுக்குத் திரும்பவும் போக முடியுமா என நினைத்தார் சுந்தரராஜன். ஒருமுறை பேசிக் கொண்டிருந்தபோது இந்த மனிதரிடமிருந்து இந்த வாக்கியம் எப்படி வரமுடியும், இவர் ஒரு மரபுக் கவிதையில் கழிநெடிலடி ஆசிரியப்பா எழுத மட்டும் தெரிந்தவர்தானே என்ற என்னுடைய எண்ணம் தகர்ந்து சுக்குநூறாகி, காற்றில் மஞ்சள் பொடி தூவுவதுபோல் கலந்தது. அந்த வாக்கியம் இதுதான்:

'ஒரு மனிதனிடம் அடுத்தவர் மேல் அன்பு இருக்கிறது என எப்படிக் கண்டுபிடிப்பது தெரியுமா?'

இந்தக் கேள்வியைக் கேட்டுவிட்டு மூக்குக்குள் முளைத்துக் கற்றையாய் வளர்ந்திருந்து, வெளியே வர ஆரம்பித்த மூக்கு மயிரை வலது கையின் பெருவிரலையும் ஆள்காட்டி விரலையும் சேர்த்துப் பிடித்து இழுத்து எடுத்தார் சுந்தரராஜன் என்ற தன் பெயரைக் கர்வத்தோடு நினைக்கும் மனிதர். மலேயாவில் இருந்தபோது தன்னையொத்த தமிழார்வமும், கவிதைப் பித்தும் கொண்ட இளைஞர்களைப் பத்துமலை முருகன் கோயிலுக்குப் போகாதீர்கள் என்று பத்து எண்சீர் விருத்தங்கள் எழுதி, தொண்டை நரம்பு புடைக்க நேர்கொண்ட பார்வையுடன் பாடும்போது, 'சுந்தரராஜனா கொக்கா' என்று அவருடைய தந்தை அடிக்கடி முதுகைத் தடவித் தடவிச் சொல்வதை நினைப்பு எனும் பழைய படகில் ஏறிச் சென்று காண்பார்.

மேலே கேட்ட கேள்வியைத் தொடர்ந்து போய், அவர் மனைவி, "ஒரு மனிதனிடம் அடுத்தவர் மேல் அன்பு இருக்கிறது என்று எப்படிக் கண்டுபிடிப்பீர்கள்?" என்று கேட்டாள். தான் ஒரு பர்மாவின் அகதி என்பதை எப்போதும் மறக்காமல் வாழ்ந்து வருபவள் அவள்.

"நான் நினைப்பது எப்படி உனக்கு ஒலி என்னும் கழுதையின் முதுகில் ஏறிவந்து காதுக்குள் புகுந்தது? அடியே பர்மா தமிழ் அகதி' என்று புன்முறுவல் பூப்பார் அந்நேரங்களில்.

'எப்படியோ வந்தது. அதை விடுங்கள் பதில் சொல்லுங்கள்' என்பாள் அவள்.

ஓ, அதுவா, கேள், தர்ம பத்தினியே. ஒரு மனிதனுக்கு அடுத்தவர் மேல் அன்பிருந்ததால் அந்த மனிதனுடன் அடிக்கடி பேசுவதற்காக அவனைத் தேடிக்கொண்டே இருப்பான்.

அவரின் பதிலைக்கேட்டு 'விளங்கலியே' என்று அவள் போய்விடுவாள்.

மீண்டும் பழங்காலங்களைத் தாண்டி அவருடைய கனவு ஒரு கறுப்பு யானையாய் மெதுவாய் அசைந்தபோது, குழந்தை புண்பட்டுப் பிறந்தாலும் செத்துப் பிறந்தாலும் அதனை இரண்டாய்த் தலையிலிருந்து மர்ம ஸ்தானம் வரை நேர் கோடு போட்டு இரண்டாய் பிளந்து புதைக்க வேண்டுமென்ற குரல் அவருக்குத் தொடர்ந்து கேட்க ஆரம்பித்தது. நாசமாய்ப் போன இந்த நாட்டிலிருந்து தன் தாத்தாமாரை வெள்ளைக்காரர்கள் ஒரு கப்பலில் காலில் நீண்ட சங்கிலியால் கட்டி மலேயாவுக்கு அனுப்பிய காட்சியும் வந்தது.

நாங்கள் எங்கள் தமிழ்பேசும் நாட்டிலிருந்து வந்த மூன்றாம் நாள் ஒரு ஞாயிற்றுக்கிழமை. மறுநாள் திங்கள்கிழமை. கப்பலில் வயிற்றுப் போக்கு நோயால் இறந்த மூன்று பேர் தவிர மற்றவர்கள் மலேயாவுக்குப் போய்ச் சேர்ந்தனர். கடற்கரையோரம் இருந்த பழைய பாழடைந்த பங்களாவில் ஐந்து நாட்கள் இருந்தனர் சுந்தரராஜனின் மூதாதையர்கள். அதில் மூன்றுபேர் திருச்செந்தூர் முருகனின் பல்வேறு பெயர்களைக் கொண்டவர்களாதலால் ஏதாவது ஒரு கோயில் கிடைக்காதா என்று வழிபடத் தேடினர். அப்படித் தேடிய நாள் ஒரு புதன்கிழமை. அக்கம் பக்கத்தில் காட்டில் மேய்ந்துகொண்டிருந்த மூன்று ஆட்டுக்கிடாய்களைப் பிடித்துக் கழுத்தில் மாலையிட்டு ஓர் இலைக்கொத்தைக் காட்டி அவை கழுத்தை நீட்டி இலையைக் கடிக்கையில் கூர்மையான வெட்டுக்கத்தியால் வெட்டினோம் என்று இராமநாதபுரத்தில் பாடப்படும் நாட்டுப்புறப் பாடலில் சில அடிகளைச் சுந்தரராஜனின் தந்தையும் அவருடன் பல்லைக் குத்தியபடி பிருஷ்டம் தரையில் படாமல் குந்த வைத்து அமர்ந்திருந்தவர்களும் பாடினர். அப்படி மனதில் ஒரு தமிழ் ஒலிக் கூட்டத்தின் படையெடுப்பு வருகையில் சுந்தரராஜன் மனஅமைதியுடன் தூங்கிக்கொண்டிருப்பார்.

அவர் திருமணம் முடித்த காலங்களில் தானும் நாடில்லாமல் வந்தவன், தன் மனைவியும் பர்மாவிலிருந்து விரட்டப்பட்டவள்

என்ற பேதம் இல்லாமல் இருக்கும்படி நிழல்கள் பார்த்துக் கொண்டன. மனத்தில் விழுந்த நிழல்களும் நடக்குமிடங்களில் காலில் விழுந்த நிழலும். அவர் மனைவி பொருட்படுத்தமாட்டார் எதையும் என்பது சுந்தரராஜனுக்குத் தெரியும்.

அவர் மலாயாவுக்கு வந்தபோது இளமையாக இருந்ததாலும் தனது மொழியில் தான் பல காலங்களைக் கொண்டுவரும் பிரத்தியேக ஒலி அமைப்புத் தூண்ட கவிதை எழுதுவதாலும் அந்நிய மண்ணிலிருந்து வந்தவன் என்றே பலரும் அங்கு பழகியபோது எங்கோ இருப்பதுபோல உணர்ந்தார். தன் கண்களும் கால்களும் தன்னுடன் இல்லையோ என்று நினைவுக்கு வரும். இது பிறந்த இடத்திலிருந்து விரட்டப்பட்டதால் எல்லோருக்கும் வரும் விளக்கமுடியாத ஓர் உள் உணர்வோ? தன் கவிதைகளுடன் உரையாட ஆரம்பித்தார். அதுவும் வயது போகப் போகத் தன்னை விட்டுப்போனதை, தன் கையில் தனது மகனின் மரணமடைந்த உடல் கிடந்த, அந்தக் கணத்திலிருந்து, மிகவும் வலிமையாய் உணர்ந்தார். அப்போது தங்கக் கருடன் இறகு பெற்று பறக்கும் காட்சி வந்தது. வானத்தில் எழும்பி, மறையாமல் பறந்து கொண்டேயிருந்தது. அது தங்கக் கருடன் என்பது உணர்வலைகளில் மஞ்சள்நிறத்தின் வலிமை பெற்றுப் பதிந்தது. பதிந்தபோது ஒவ்வொரு வலியும் சூடுள்ள இரும்பு முத்திரையால் ஈரல்குலைகளில் குத்திப் பதிக்கப்பட்டதாய் உணர்ந்தார் மலேயாவின் வந்தேறியான சுந்தரராஜன்.

இந்தப் பிரச்சினையால் தான் முதலிலிருந்தே எதனோடும் ஒட்ட முடியவில்லையா? ஓடும் பாதரசம் எதோடும் ஒட்டாது.

மனம் மறதியால் ஓட்டை இடப்பட்டுள்ளது. மறதியின்மையாலும். கைகளை நீட்டுகிறார். அது காற்றில் நீண்டு போய்க்கொண்டே இருக்கிறது. இந்த ஊரிலே தங்கியிருக்கிறவன் பயத்தாலும் பஞ்சத்தாலும் கொள்ளை நோயாலும் சாவான் என்று யாருக்கோ சம்பவிப்பதைச் சொல்வதுபோல் தனக்குச் சம்பவிப்பதைத் தன் கனவை அழைத்துச் சொன்னார் சுந்தர ராஜன். கனவு ஒரு முயல் குட்டிபோல, அவரிடம் ஓடிவந்தது. அதன் வாயில் இளமையாகவும், வசீகரமாகவும் இருந்த புல் காணப்பட்டது. அப்போதும் காலங்காலமாகத் தன்னையும் தன்னுடைய பல தலைமுறை முன்னோர்களையும் வழிநடத்திய உடலற்ற ஒரு முதியோனின் நிழல் மனதில்பட, கையால் மையூற்றிய பேனாவில் தங்கு தடையற்ற கவிதைகளை ஒலியமைதி சற்றும்

குலையாமல் எழுதினார். மூதாதையரின் இந்த ஊருக்கு மீண்டும் வந்த புதிதில் தான் ஒரு கவிஞன் என்று கூறிக் கொண்டு ட்ரெடில் எந்திரத்தில் அச்சடித்த பழுப்பேறிய, தாள்களின் மஞ்சள் நிறம் அவர் கண்களின் வெண்படலத்தைக் குத்திக் கிழித்து மஞ்சளாக்கிற்று. இந்தத் தேசத்துக்கு விரோதமாய் வந்த அகதியா தான் என்று தனக்குத்தானே கேட்டுக் கொண்டு கிடந்தார் சுந்தரராஜன்.

நேற்று நடந்த சம்பவத்தை நினைத்தார்.

கடற்கரையில் மீன் வாங்கப் போனபோது தன்னுடன் வந்த தன்னைவிட உயரமான மனிதரிடம் அவர் மீன் விலையைக் குறைத்துக் கேட்டபோது சுள்ளென்று நாய்போல் பாய்ந்து கத்தும் மீன் விற்கும் மத்திய வயதைத் தாண்டிய குண்டான பெண்மணி, தன்னை ‘மலேசியாக்காரரே என்ன இப்படிக் குறைத்துக் கேட்கிறீர்கள்’ என்று தேவையற்ற மதிப்புடன் சொல்கிறார். இவர் மீண்டும் மற்றவரைப் போலத் தன்னிடமும் கோபப்பட வேண்டும் என்று நினைக்கிறார். மீன்காரி கடைசிவரை கோபப்படவே இல்லை என்று கண்டு, தன்னைச் சபிக்கிறார் சுந்தரராஜன். தன்னை இவர்களில் ஒருவராய் நினைக்கவில்லை இவர்கள் என்பது இரும்பு எழுத்தாணிபோல் தன் இதயத்தில் பாய்ந்து கீறிக்கொண்டேயிருக்கிறது.

இறுதியில் இந்தக் கனவுகளாலும், காற்றாலும், ஏக்கங்களாலும் தன்னை நசிந்து போக வைத்த ஒரு பாலகனின் சாவாலும் கணவன் மனைவி இருவரின் அகதி வாழ்க்கை முடிவுக்கு வந்தது இப்படி:

சுந்தரராஜன் தனது 73-ஆவது வயது முடிந்த மறுநாள், “நீ வந்த இடத்துக்குத் திரும்பிப் போ” என்ற பல குரலின் ஓயாத பேரிரைச்சலுக்கு ஆட்பட்டு முடிவு எடுக்கத் தீர்மானித்தார்.

கப்பலில் பயணம் செய்து அதன் ஓயாத புலம்பல் இருபக்க நீரலைகளால் சூழப்பட்ட கடலில் வந்த நாட்டுக்குத் திரும்பிப் போய்க்கொண்டிருந்தார். வருதலும் திரும்பிப் போதலும். உன் கவிதைகள் எந்த மண்ணில் மலர்போல் முகிழ்த்தனவோ, அதே மண்ணுக்குத் தன் கவிதைகளின் உந்துதல் உணர்வு, இழுக்க முடியாத மர ஓடத்தை மீனவச் சிறுவர்கள் இழுப்பதுபோல் இழுத்துப் போகலானார் சுந்தரராஜன். முன்பு மலாயா என்றும் இப்போது மலேசியா என்றும் அழைக்கப்படும் மண்ணின்

மணம் அவர் நாசிவழி ஏறி, உடம்பெங்கும் நிறைந்து தோல்வழி தன்னைச் சிலந்தி வலையாய் சூழ்ந்திருப்பதை அறிந்தார். தன் நினைவு தன் கவிதைகளின் பலகால நினைவு அலைகள் எனும் வாளாய் மாறித் தன் உடலைச் சிதைப்பதை அறிந்தார்.

தன் இறுதிக்காலம் நினைவில் வந்து மனதில் எதையோ எழுதியது. நண்பர்கள் வந்துவிடு என்று கூறிய ஒரே வரி, அவரைப் பறவைக் குஞ்சை வல்லூறு ஒன்று வந்து தூக்குவது போல் தூக்கியது. மற்றவை, எவற்றையும் மறந்தார். ஓயாத கடல் அலை தன் அகமும் புறமும் வீச எப்படியோ முன்பு அறிந்திருந்ததும் இப்போது மாறிப்போனதுமான மலேசியத் துறைமுகத்தில் தள்ளாடித் தள்ளாடி நடந்து ஏதோ திசையில் நடந்தபோது மீளமுடியாத உறக்கத்தை நாடிக் கண்கள் இருண்டன. அப்போதும் வாளால் பிளக்கப்பட்ட குழந்தை நினைவில் எழுந்தது.

O

12

அத்துடன் முடிந்த கதை

அவன் தஞ்சாவூர்காரன் என்பதோடு, யாப்புப் பிசகில்லாமல் வெண்பா இலக்கணத்தில் கவிதைகள் எழுதுபவன். அதுவும் 2003இல் இப்படி ஒரு பிரகிருதி இருக்கிறான் என்றால் உங்களுக்கு நம்ப முடியாது. அது மட்டுமல்லாமல் தஞ்சைப் பிரகதீஸ்வரர் ஆலயத்தின் முன்பு பூ கட்டி விற்றுக் கொண்டிருந்த தன் தாய்மீது வெறுப்புகொண்டு, தஞ்சாவூரை விட்டு ஓடி ஊர் ஊராக அலைந்து இரண்டு மாதம் தூத்துக்குடியில் இருந்தபோது, ஒரு கொலை செய்ததாய் இன்றுவரை நம்பிக் கொண்டிருப்பவன்.

அவன் பெயரா, டீக்காராமன். பிறர் வைத்த பெயராய் இருக்கலாம். தாய் வைத்த பெயராய் இருக்க முடியாது. பிறமொழிகளில் பேசுவது அவன் சுபாவம். மலையாளம், ஆங்கிலம், கொஞ்சம் போலிஷ் என்று பல மொழிகள் மண்டைக்குள் ஏறிவிட்டன. துடைத்துத் தள்ள முடியவில்லை. கன்னியாகுமரியில் தலைச் சுமட்டுக் கூலியாய் இருந்தபோதுதான் மிக அதிகமான ஆங்கிலச் சொற்களைக் கற்றான்.

நெல்லையில் 1966இல் இந்தி எதிர்ப்பில் கலந்து சிறைக்குப் பிடித்துக்கொண்டு போன வழியில் தப்பி, செங்கோட்டை வழி திருவனந்தபுரம் போய் அங்குவைத்து அனஞ்சப் பெருமாள் பிள்ளையோடு முதன்முதலாகப் பழக்கம். அனஞ்சப் பெருமாள்

பார்க்க மாடுபோல் முதுகு கொண்டவன். 18ஆம் வயதில் அப்படி ஒரு தோற்றம். இவனை, டிக்கா என்று மட்டும் பாதிப்பெயரால் அழைப்பான் அனஞ்சப் பெருமாள் பிள்ளை. நாகர்கோயிலில் பிறந்த என்.எஸ்.கிருஷ்ணனின் உறவினன் என்று இரவில் கள் குடிக்கும்போது வாந்தி எடுத்தபடி சொன்னான். வயிற்றுநோயால் கஷ்டப்பட்டவன். ஏதும் சாப்பிடமாட்டான். வயறு வலிக்கும். நண்பனான டீக்காராமனின் கவிதைப் பைத்தியத்தைக் கண்டு, ஏதோவொரு பிரஸ்ஸில் யாருக்கும் தெரியாமல், கம்பாஸிட்டராகச் சேர்ந்து சில வெண்பாக்களை அழகாய் அசசிட்டுத் தாள்களாய்ச் சேர்த்து வைத்தான் அனஞ்சப்பெருமாள் பிள்ளை. யாரோ, புத்தகயா இருக்கும் பீகாருக்கு நீ ஒரு முறையாவது போய்விட்டு வரவேண்டும் என ஆசை காட்டியதால் ராமனின் நண்பனாக இரண்டு ஆண்டுகள் திருவனந்தபுரத்தில் வாழ்ந்து பின்பு காணாமல் போனான், பிள்ளை.

(தன்னுடைய ஒரு நண்பனுக்குத் தந்தையில்லை என்பதால் தாய் வந்து அழுது அரற்றியதைப் பார்த்துவிட்டுத் தனக்கு உலகம் வெறுத்துவிட்டது என்றான் ஒருமுறை, டீக்காராமன்.) 2003இல் மரபுக் கவிதை எழுதுபவனை யாரும் ஒரு மாதிரியாகத்தான் பார்ப்பார்கள்; 1955இல் என்றால் மதிப்புடன் வியப்பாகப் பார்ப்பார்கள். அரசர்கள் யாராவது டீக்காராமனைத் தட்டுத் தடுமாறிப் பார்த்தார்கள் என்றால் பிடித்துக்கொண்டு போய் தன் தாய் மீதும் கள்ளக் காதலி மீதும் புகழ்ந்து, பாடாவதி உலா, தூது, பரணி இத்யாதி வார்த்தை எனும் செங்கல் அடுக்குகள் வைத்து எழுத வைக்காமல் விடமாட்டார்கள்.

அவன் சிறுவயதில் ஒரு கொலை செய்தவன் என்கிற நினைப்பு வரும்போது தனக்குள் உள்பயணம் செய்வான். அப்படி ஒரு உள் பயணம் செய்தபோது தனக்கு ஒரு மகள் இருக்கிறாள் என்று உறுதியாக நம்பினான். தனக்கு நாற்பது வயது ஆன அப்போது, கொஞ்சம் சுமாரான உடல்கட்டுடன் போகிற பெண்களை எல்லாம் உற்று உற்றுப் பார்ப்பான். அப்படிப் பார்த்துக்கொண்டு பாண்டிச்சேரி கடற்கரையில் ஒருமுறை நடந்தபடி இருந்தபோதுதான் அன்யா மதேயுக் என்ற போலீஷ் மொழி பேசும் யுவதியைச் சந்தித்ததை விதிவசம் என்று பல நாட்கள் சொல்லியபடி வாழ்ந்தான்.

ஏன் விதிவசம் என்று விவரித்தான் என்று கேட்கிறீர்களா, சொல்கிறேன். நம்மூர் பழக்கம் அறியாத அந்தப் போலீஷ் நாட்டுக் குழந்தை போலந்தில் தமிழ்ப்பேராசிரியர் சுந்தரத்திடம் தமிழ் மொழியின் வினைகளைப் பட்டியல் போட்டுப் படித்த போதையிலும், அவருடைய வாயெல்லாம் சிரிப்பாக இருக்கும் தோற்றத்தால் வசீகரிக்கப்பட்டும் அவர் சொன்னதை எல்லாம் அந்த 17 வயதில் நம்பியது. அவள் ஊர் வழக்கப்படி மாரில் துணிபோட்டு மூடாமல் பாண்டிச்சேரி கடற்கரையில் நடமாடினாள். அன்னாவின் மூதாதையர்கள் பிரஞ்சு நாட்டவர்கள். அவளுடைய தாய் ஒரு போலீஷ்காரரைத் திருமணம் செய்து வார்சாவில் வாழ்ந்தபோது அன்யா பிறந்தாள். நெடுநெடுவென உயரமானவள். ‘நல்லவனா?’ என்று தமிழில் போலிஷ் உச்சரிப்பில் கேட்டாள். அடுத்து தமிழில் உள்ள ‘பர்ஸனல் புரோனொன்’ என்று பேராசிரியர் தொகுத்த பட்டியலில் ‘நீ’ என்ற ஒலி ஞாபகத்துக்கு வந்தது.

‘நீ நல்லவனா?’

புரிந்துவிட்டான் டீக்காராமன்.

தலையை ஆட்டி, ‘நல்லவன்’ என்றான். அதன்பின்பு அடுத்த நாளிலில் இருந்து அன்யாவின் பாதுகாவலனாய் ஒரு செங்கல் துண்டுடன் அலைந்த டீக்காராமன் போலீஷ் மொழி பேச ஓரளவுக்குக் கற்றுவிட்டான்.

திருவனந்தபுரம் வாழ்க்கையில் ஏதும் சுவாரசியம் இல்லையென்றாலும், ஐம்பதாவது கத்தரிக்கோல் கிடைத்தது திருவனந்தபுரத்தில் வைத்துத்தான். அனஞ்சப்பெருமாள் பிள்ளை புத்தகயாவுக்குப் போய்விட்டான் என்ற செய்தியை அறிந்த அடுத்த நாள் தான் ஐம்பதாவது கத்தரிக்கோல் கிடைத்தது. அதில் என்ன விசேஷம் என்று கேட்பவர்கள் உங்களில் யாராவது இருந்தால் ஒன்று சொல்கிறேன். கத்திரிக்கோல் எங்கு கிடைத்தாலும் சேர்க்கும் பழக்கம், டீக்காராமனின் 24 வயதில் காணாமல் போன பெரிய மீசை வைத்திருந்த அவன் அண்ணன் மூலம் தொற்றியது. அண்ணன் புதிய கத்திரிக் கோல் ஒன்று கிடைத்ததும், அக்கம் பக்கம் பார்ப்பான். நிற்கிற செடியில் காட்சி தரும் ஒரு பூவை ‘நறுக்’ என்று கத்தரித்துத் தன் காதில் வைப்பான். பூவைக் கத்தரிப்பதற்குப் பதிலாய் டீக்காராமன் பூஞ்செடியின் ஒரு இலையை நறுக்கெனக்

கத்தரிப்பான். பாண்டிச்சேரி கடற்கரையில் நடக்கையில் பின்னாலிருந்து ஓடி வந்து அந்தக் குழந்தையின் மார்பைப் பிடித்தவனைப் பார்த்து பயந்து அவள் போலீஷ் மொழியில் கூச்சலிட்ட நேரத்தில்தான், 'தமிழர்கள் உயர்ந்த கலாச்சாரம் கொண்டவர்கள்' என்று பேராசிரியர் சுந்தரம் சொன்னது சரியில்லை என்று வருத்தத்துடன் திரும்பி அவள் நாட்டுக்குப் போய் அம்மாவிடம் சொன்னாள். அத்துடன் இன்னொரு அசம்பாவிதமும் நடந்தது. மொத்தம் மூன்று பேர் படித்த வார்ஸா பல்கலைக்கழகத் தமிழ் முதுகலை வகுப்பில் ஒரு மாணவி திடீரெனக் காணாமலானதுடன், பல்கலைக்கழகத்தின் சமஸ்கிருத வகுப்பில் அன்யா போய் சேர்ந்து தமிழ் படிப்பதை விட்டுவிட்டு சமஸ்கிருத்தில் சேர்ந்து அம்மொழியின் வினைகள் பற்றிப் படிக்க ஆரம்பித்தாள். தமிழ்ப் பேராசிரியர் இதுபற்றி யார் மூலமோ கேள்விப்பட்டு சமஸ்கிருத வகுப்புக்குப் போன மாணவி மூலம் அந்த மொழியின் மதிப்பைக் கூட்டியதற்குக் காரணமான பாண்டிச்சேரி ரௌடியைத் திட்டித் தீர்த்தார்.

நம் கதையின் டீக்காராமன் அன்று பாண்டிச்சேரியில் உணவின்றிக் கடற்கரையில் சுற்றியபோது அன்யாவின் அலறலைக் கேட்டான். என்ன நடந்ததென்று நொடியில் புரிந்துகொண்ட டீக்காராமன் ஓடிச்சென்று ரௌடியைப் பிடித்து அவனது புறங்கழுத்தில், மணலில் கிடந்த செங்கல் துண்டால் ஓர் அடி அடித்தான். பின்பு அன்யா அழுகையை நிறுத்தும் வரை அவள் கூடவே நடந்தான். அன்யா அவனை முதலில் நம்பவில்லை. எல்லாத் தமிழ்ப் பயல்களும் ஒன்றுதான் என நினைத்தாள். சுமார் அரை மணி நேரம் கூடவே பாவமாய் நடந்தவனைப் பார்த்து அவளுக்கு அந்நேரம் ஞாபகத்துக்கு வந்த தமிழ்ச் சொல்லைப் பிரயோகித்தாள்.

'நீ... நீ... நல்லவன்.'

இதுபோல் டீக்காராமனுக்கு இன்னும் ஒரு சம்பவம் ஞாபகத்துக்கு வந்தது. அதுவும் அவனுடைய சிறுவயது நண்பன் அனஞ்சப்பெருமாள் பிள்ளையைப் பற்றியதுதான்.

புத்த கயாவிற்குப் போகிறேன் என்று கூறி இனி தேடாதே என்று காணாமல் போன அனஞ்சப்பெருமாள் பிள்ளை அப்படிப் போவதற்கு முன்பு டீக்காராமனைக் குமரிமாவட்டத்தில் இருக்கும்

சித்தர்கள் வாழும் மருந்துவாழ் மலைக்கு அழைத்தபோது நடந்தது அது.

வழியில் ஒரு வாழைத்தோட்டம் கண்ணில்பட்டதும் வழக்கம்போல் உடல் எல்லாம் சிரிப்பு வருவதுபோல் குலுங்கியபடி சிரித்த அனஞ்சப்பெருமாள் வேட்டியை இடுப்பிலிருந்து இரண்டுமுறை உருவி உருவிக் கட்டினான். அதுவும் வழக்கம் போலத்தான் என்று சற்றுத் தூரத்தில் வாழைத்தோட்டத்தில் ஓடிப்போய் ஒளிந்தான் டீக்காராமன். கையில் கத்தரிக்கோல் இருக்கிறதா என்றால் இல்லை.

அவனை ஓடிப்பிடித்த அனஞ்சப்பெருமாள் உடம்புவழிக் குலுங்கலும் சிரிப்புமாக அட்டகாசமாய் டீக்காராமனைப் பிடித்து அவன் சட்டையைக் கழற்றினான். உடம்பைக் கைகளால் மூடியபடி கூனிக் குறுகிக்கொண்டு அமர்ந்த டீக்காராமனிடம், சீ... பாப்பா பயலே, பூணூலை அறுத்து வீசிக் கொண்டு ஒரு பாப்பான் நடமாடுவது பாவம் இல்லையா? ஆண்குறி இல்லாததும் பூணூல் இல்லாததும் ஒண்ணுதான் என்று சொன்னான். பூணூலாக ஒரு வாழைநார் துண்டை எடுத்துக் கட்டிவிட்டான் அனஞ்சப்பெருமாள் பிள்ளை. அப்போது கண்களை மூடிச் சமஸ்கிருத மந்திரம் சொன்னான் டீக்காராமன். சற்றுநேரம் டீக்காராமன் அனஞ்சப்பெருமாளிடம் பேசாமல் இருந்தாலும் மருந்துவாழ் மலைக்குப் போக விரும்பியதால் மாடுபோல் முதுகுத் தோற்றம் கொண்ட தன் நண்பனுடன் சேர்ந்துகொண்டான். மலையில் ஆதிவாசிகள் இருக்கும் ஓரிடம் வரை இருவரும் சென்றனர். அங்கே ஆதிவாசிக் குடியிருப்பில் நின்ற மிகப் பழங்கால மரமொன்றைப் பார்த்ததும் இந்த இடம்தான் என்று கூறிக்கொண்டு மேலே பார்த்ததும் ஒரு குரங்கு அங்கு இருந்ததைக் கண்டனர் இருவரும்.

‘ஏ பாப்பான், இப்பவும் மந்திரம் சொல்லு’ என்றான் அனஞ்சப்பெருமாள்.

நண்பனின் மந்திர உச்சாடன ஒலியில் கண்களை மூடிக்கொண்டு அமர்ந்த அனஞ்சப்பெருமாள் வேறோர் உலகத்துக்குப் போய்விட்டவன் போலக் காணப்பட்டான். அப்போது, கூர்மையாய், மாடு போன்ற முதுகு கொண்ட நண்பனைப் பார்த்தபடி நின்றான் டீக்காராமன்.

சற்றுநேரத்திற்குப் பின் கண்களைத் திறந்தான். பின்பு தன் நண்பன் பார்த்த பார்வையைக் கண்டு மிரண்டான் டீக்காராமன்.

அதன்பிறகு ஒரு பெரும் அமைதிக்கு ஆட்பட்டவன் போல் இனி இங்கு இருக்கக் கூடாது. நாம் அழிந்துபோவோம் என்றான் அனஞ்சப்பெருமாள்.

ஏன் என்றும் கேட்கவில்லை எதையும் மறுப்பு சொல்லவும் இல்லை டீக்காராமன். மலை முடிகிற எல்லைக்கு வந்தனர் இருவரும். பசிக்கிறது. அடுப்பில் நெருப்பு மூட்டி, கஞ்சி வைத்துக் குடிப்போம் என்ற நண்பனை எதுவும் கேட்கவும் இல்லை ஆமோதிக்கவும் இல்லை அப்போதும் டீக்காராமன். ஒரு நிமிடம் பாண்டிச்சேரியில் முதுகில் கட்டியான செங்கல் துண்டால் அடித்த ரௌடிப்பயல் இப்போது செத்துப்போயிருப்பானா என்று யோசித்தாலும் அந்த ஞாபகம் சட்டென மனதில் இருந்து மறைந்தது.

நண்பன் ஏற்கெனவே யாரோ சமையல் செய்த அதே இடத்தில் இருந்த மூன்று கரி பிடித்த செங்கல்களை அசைக்கவில்லை. புதிதாய்ச் சில சுள்ளிகளைக் கொண்டு வந்து வைத்தான்.

டீக்காராமன் கேட்டான்,

'பானை இருக்கிறதா?'

'இருக்கும்' என்று சற்று தூரத்தில் கண்ணீர் போல ஓடும் சிறு ஓடையைப் பார்த்தான் அனஞ்சப்பெருமாள்.

அங்கும் இங்கும் அலைந்து மேல் பாகம் லேசாய் உடைந்த ஒரு பானையை 'இருக்கும் என்றால் இருக்கும்' என்று பாடியபடி கொண்டுவந்தான் டீக்காராமன்.

'ஏய் லூசு' என்று பானையை வாங்கி ஓடையில் பாயும் நீரில் முக்கி, மணலில் தேய்த்துத் தேய்த்துக் கழுவினான் அனஞ்சப்பெருமாள். 'பானை சுத்தமாச்சு. வயறு அசுத்தமாச்சு' என்றான் டீக்காராமன். பின்பு தன் தொங்கும் தோள்பையில் இருந்த ஒரு பிளாஸ்டிக் பையிலிருந்து கொஞ்சம் அரிசியைப் பானையில் போட்டான் அனஞ்சப்பெருமாள். அப்போது கிட்டாருடன் ஒரு பைக்கில் வந்த கல்லூரி மாணவனின் பின்புறம் ஒரு வெள்ளைக்கார யுவதி இருந்தாள். இவர்கள் அருகில் வந்ததும் இளைஞன் மலையாளத்தில் சொன்னான். ஞங்களுக்கும்

சேர்த்து அரிசி போடுங்கள். இந்தா நூறு ரூபாய். வேண்டாம் என்பதுபோல அனஞ்சப்பெருமாள் கையால் மறுத்தான். ஒரே ஒரு சட்டைப் பொத்தான் போட்ட அனஞ்சப்பெருமாளின் மார்பைப் பார்த்தாள் வெள்ளைக்கார யுவதி.

கல்லூரி மாணவன் மலையாளத்திலும் அனஞ்சப்பெருமாளும் டீக்காராமனும் தமிழிலும் பேசினார்கள். வெள்ளைக்கார யுவதியும் கல்லூரி மாணவனும் ஆங்கிலத்தில் பேசினார்கள்.

பானை கொதித்துக்கொண்டு இருந்தது. ஆங்கிலத்தில் பாடி ஆடத் தொடங்கிய வெள்ளைக்கார யுவதியுடன் மலையாள இளைஞன் ஆட ஆரம்பித்தான். போதை முற்றியிருக்கலாம். நடனத்தைக் கைகாட்டி நிறுத்திய அனஞ்சப்பெருமாள், பக்கத்து உயரமான பாறையைக் காட்டி ‘அந்தப் பாறை மீது ஏறி, வானத்தைப் பார்த்தபடி நின்று அவள் உடம்பைத் தழுவியபடி ஆடு’ என்று ஆலோசனை கூறினான். யுவதி கல்லூரி மாணவனின் தலைமுடியைப் பிடித்து இழுத்து பாறை மீது ஏறி தன்னுடன் நடனம் ஆட வைத்தாள்.

பானை கொதித்தது. அவ்வளவு சூடான கொதிநீரைக் கைவிட்டுப் பயப்படாமல் சோறு வெந்திருக்கிறதா எனப் பதம் பார்த்தான் டீக்காராமன். உப்புப் போட்டான்.

மரம் எல்லாம் நடனமாடிற்று. இளங்காற்று தூயதான நீல வானத்தின் கீழே மெதுவாகத் தேரில் போவது போலப் போயிற்று. இப்போது மாணவனிடமிருந்து கிட்டாரை வெள்ளைக்கார யுவதி எடுத்து வேறொரு டியுனை வாசித்தாள். அவள் கழுத்தில் ஆடும் சிலுவையும் காற்று வீசுவதும் கிட்டார் ஓசையும் ஒன்றிணைந்தன.

உணவு தயாராகிவிட்டது. தூரத்தில் நின்ற மிளகைப் பறித்து ஒரு தேங்காயையும் பறித்து உடைத்து அதன் முதிர்ந்த துண்டுகளைப் பாறையில் சுத்தமான இடத்தில் வைத்து இடித்துத் துவையல் தயாரித்தான் டீக்காராமன்.

சுவைத்துப்பார்த்ததில் துவையல் அவளுக்குப் பிடிக்கவில்லை. காரம்... காரம் என்று தமிழில் சொல்லி, மாணவனைக் காலால் மிதித்து விரட்டினாள்.

பின்பு அனஞ்சப்பெருமாள் அதிகம் வெள்ளைநிறச் சோற்றை ஒரு கழுவிய தென்னம்பாளையில் போட்டு ஒரு பச்சைத்

தென்னை ஓலையை எடுத்துத் தோள் பையில் தயாராக இருந்த கத்தரியால் ஒரு கரண்டியின் வடிவத்தில் நறுக்கிக் கொடுக்க அவர்கள் சோற்றைத் தின்றுகொண்டிருந்தனர்.

யுவதியும் மாணவனும் பைக்கில் கிட்டாருடன் புறப்பட்டனர். திடீரென்று நிறுத்திவிட்டு ஓடிவந்தாள் யுவதி. அனஞ்ச பெருமாளின் திறந்த மார்பை நோக்கி நீண்ட, பாலீஷ் பூசிய, விரல்கள் நீட்டி அவனது வலது பக்க மார்புக் காம்புகளைத் தட்டித்தட்டிச் சிரித்துவிட்டு ஓடிப்போய் மாணவனின் பைக்கில் ஏறி காணாமல் போனாள்.

மாடு போல் முதுகு கொண்ட அனஞ்சப்பெருமாள் பிள்ளை திக்பிரமை பிடித்து நின்றான். காற்றும், மரமும், நீலவானமும் ஒரே மகிழ்ச்சியில் கூத்தாடி மகிழ்ந்தன.

டீக்காராமன் தூரத்தில் மரத்தின்கீழ் இருந்த லிங்கத்தை வணங்கிக்கொண்டிருந்தான். அனஞ்சபெருமாள் இன்னொரு மரத்தினடியில் குந்தவைத்து ஒன்றுக்கிருந்தான். பின்பு, பீடி இழுத்தபடி அவனுடைய நண்பனை ஒரு மாதிரியாகப் பார்த்தபடி அவன் முன்பு வந்து நின்றான்.

அனஞ்சப்பெருமாள் தன் மார்பைப் பார்த்துப் பார்த்து நின்றுகொண்டிருந்தான். அவனுக்குள் ஏதோவொன்றைத் தட்டி எழுப்பிவிட்டாள் வெள்ளைக்கார யுவதி என்று நினைத்தவனுக்கு அது எது என்று பெயர் வைத்துப் புரிந்துகொள்ள முடியவில்லை. உள்ளே அலையடிக்க ஆரம்பித்தது.

டீக்காராமன் வாழ்வில் தன்னுடன் இருப்பவர்களுக்கு நடக்கும் விநோதங்கள் இவை என்று கருதினான்.

அன்று ஒருநாள்...

இது இன்னொரு காட்சி...

டீக்காராமன் பல பிறவிகளின் ஞாபகங்களைக் கொண்டவன். ஒரு பிறப்பில் அவன் நிம்மதியில்லாதவனாய் இருந்தால் இன்னொன்றில் பெருநிம்மதி கொண்டவனாய் இருந்தான்.

ஒரு மேடான நிலப்பரப்பும் அதன் உச்சியில் ஒரு கட்டடமும் தெரிந்த அன்று, அவன் பல மனித நிழல்கள் அசைவதைத் தூரத்தில் கண்டான்.

அத்துடன் முடிந்த கதை | 107

ஒரு நிழல் வந்து இவனைக் கழுத்தில் பிடித்து ஒரு கடிநாய் போல் கவ்வி இழுத்தது. அக்காலத்தில் நண்பனாக இருந்தபடியே கோமாளியாய் அவ்வப்போது மாறிய அனஞ்சப்பெருமாள், புத்தகயாவுக்குப் போய் ஓரிரண்டு ஆண்டுகள் ஆகியிருக்கும். கழுத்தைக் கடித்து இழுத்த பெரிய கடிநாய், அருகில் இருந்த குப்பைக் கூட்டத்தில் இவனைக் கொண்டு போனது. இவனைக் குதறக் குதறப் போட்டுக் கடித்தது. ஆடையைக் கொடூர வாயால் இழுத்துக் கோபத்தில் தூரத்தில் வீசியது. இவன் செய்த ஒரு கொலையின் ஞாபகம் வந்ததும் நாயிடம் மன்னிப்புக் கேட்டபடி தன் அங்கங்களைப் பாதுகாத்தான். புரட்டிப் புரட்டி எடுத்த நாயின் குரைப்பு மெதுவாய் மங்க ஆரம்பித்தது. அவன் பிரக்ஞையில், வள் என்ற குரைப்பு தூரத்திற்கு இடத்தை மாற்றியபடியே மங்கிக்கொண்டிருந்தது. ஆனால் மங்கிய ஒலியைக் கேட்டுக்கொண்டே கிடந்தான் டீக்காராமன், தான் பிற்காலத்தில் அணிய ஆரம்பித்த பூணூலுடன்.

சாகக் கிடந்த அவனுக்கு அருகில் தாள்தாளாகக் காற்றில் பறக்கும் பலவித பத்திரிகைத்தாள்கள். அதில் ஒன்றில் ஒரு கதைத் தலைப்பு: உவரி. பைபிளில் உவரி, உபேர் எனக் காணப்படுகிறதாமே!

அப்போது அவன் பெயர் ஓர் இந்திப்பெயர் என்று அவனுக்குப் புரிந்தது.

‘டீக் ஹே, ராமன்’

என்ற இந்திமொழிச் சொற்களே டீக்காராமன் என்றானதைத் தெரிந்துகொண்டான் என்பதோடு இக்கதை முடிகிறது.

13

இருவராய் வாழ்ந்தவன்

அவனுக்கு இரண்டு பிறந்த நாட்கள் உண்டு என்பதை, அவன் மிகப் பிற்பட்ட காலத்தில்தான் புரிந்துகொண்டான்.

இரண்டு பிறந்த நாட்கள் மட்டுமல்ல. இரண்டு விதமான வயதுகளும் உண்டு. அவற்றை இரண்டு ஜன்மங்கள் என்று அவன் வேடிக்கையாகக் குறிப்பிட்டான். கல்லூரியில் படித்தபோது குழப்பமான இந்த வயது பற்றிய விசயம் அவனுக்குள் பதியவில்லை. அதாவது அவன் மிகவும் வயதானபோது - 75ஓ அல்லது 85ஓ வயது பூர்த்தியானபோதுதான், உண்மையில் இரண்டு பிறப்புகளைச் சுமந்து திரிகிறான் என்கிற ஞாபகம் பலமாய் மனதில் உறைத்தது. அவனுடைய பிறந்த தினத்தை யாரோ கற்பனை செய்து கணினியில் குறிப்பிட்டு வாழ்த்து தெரிவித்தபோது வழக்கம் போலக் கண்டுகொள்ளாமல் இருந்தான். ஆறு, அல்லது ஏழு பிறந்தநாள் வாழ்த்துகளுக்குப் பாராமுகமாய் இருந்தபோது ஒரு துடுக்கான சிறுவன் 'தாயளி திமிரைப் பார், ஒரு நன்றி சொல்லக்கூடாதா, குறைந்தபட்சமாக, பலர் செய்வது போல ஒரு ஸ்மைலியையாவது போட்டுவிடக்கூடாதா' என்று அம்மனிதனின் வயதை மதிக்காமல், கோபப்பட்டான். அம்மனிதனின் பிரச்சினை வேறு. எப்படி இரண்டு பிறந்த நாட்களும், இரண்டு பிறந்த ஆண்டுகளும் அவனுடன் வந்து சேர்ந்துகொண்டன? இரண்டு ஆண்டுகள்

என்றால் 1930-உம் 1931-உம் அல்ல. 1930-உம், 1950-உம் என இருபது ஆண்டுகள் வித்தியாசத்துடன் இரண்டு பிறப்பு கொண்டவன். ஒருவன் சின்னவன். அடுத்தவன் மூத்தவன். தகராறு புரிகிறதா? இருவரின் இரண்டுவிதச் சிந்தனைகள் அவனுடலுக்குள் இருந்து அவனை இயக்கின. சில வேளை இவை பெரும் அவஸ்தையாகக் கூட இருந்தன. ஒரே நேரத்தில் இருபது வயதுகளின் இடைவெளி கொண்ட காம உணர்வு ஒரு பெண்ணைப் பார்க்கும்போது வருகிறது என்று வைத்துக் கொள்ளுங்கள், எப்படி இருக்கும்! அதுபோல ஒரு பூவைப் பார்க்கிறான் என்று வைத்துக் கொள்ளுங்கள், குறைந்த வயது கொண்டவனாய் அதாவது பத்து வயதாய் அவன் தன்னுடைய அதே உடலில் வாழும்போது பூவை ரசிக்கவில்லை. ஓரிரு நிமிடத்தில் தன்னுடைய வயது நாற்பது என்று ஏதோ ஒரு புலன் உணர்த்தியபோது புது உத்சாகம் மூளையில் பாய, அதே மலரை மிகவும் முதிர்ந்த ஒருவனின் அழகுணர்வுடன் பார்த்துக்கொண்டே நிற்பான். இது உங்களுக்கு உடனடியாக அனுபவத்தில் கொண்டு வரமுடியாததால் சொல்லப்படும் விசயம்தான். இது பற்றிய அர்த்தம் முழுவதும் புரியாமல் இருக்க வாய்ப்புண்டு. அதாவது கனவில் ஒரு விசயத்தை உணர்வதற்கும் கனவு முடியும் கட்டத்தில் உணர்வதற்கும் உள்ள வித்தியாசம் போன்றது இது. அல்லது காலையில் எழுந்து ஊக்கத்துடன் ஒன்றை எழுதுவதற்கும் மாலையில் உடலும் மனமும் சோர்ந்த பின்பு கடுமையான வெயில் காலத்தில் - வயதான காலத்தில் - எழுதுவதற்கும் இருக்கும் வித்தியாசம் போன்றது. கடினம் எது என்றால், இந்த இரண்டு வயதுகளுக்கிடையில் மாட்டிக்கொண்டு, வாழ விதிக்கப்பட்டிருப்பது. நீங்கள், நினைப்பதுபோல 'ஹிஹி... இது என்ன பிரச்சினை, இரண்டு வயதுகள்தானே' என எளிதாய்ப் 'பூ' என ஊதித் தள்ளிவிட முடியாத சிக்கல் இது.

உதாரணத்துக்கு ஒரு வயதில் அதாவது, 60 வயதாக இருப்பவன் 80 வயதானவன் ஆகி இறந்துவிட்டான் என்று நினைக்க ஆரம்பித்தால் என்ன ஆகும்? தனது ஒரு பகுதி இறந்துபோனதாய் தானே படும்? இதை அனுபவிப்பவர்களுக்குத்தான் தெரியும். இதன் தர்மசங்கடம். நீங்கள் பெரும்பான்மையான ஆணும் பெண்ணும் ஒரேயொரு வயது கொண்டவர்களாய் வாழ்வதால் குசாலாய் நிம்மதியாய் இருக்கிறீர்கள். நான் சொல்லும் அப்படிப்பட்ட நபரைப் பற்றி இரக்கப்படக்கூட உங்களுக்கு முடிவதில்லை. அவனவனுக்கு வந்தால் தெரியும் வாந்தியும்

பேதியும். மற்றபடி எவ்வளவுதான் இன்னொரு மனிதனின் அவஸ்தையைப் பற்றி விழுந்து விழுந்து எழுதினாலும் நீங்கள் யாரும் புரிந்துகொள்ளும் ஆற்றலைப் பெறமாட்டீர்கள்.

அவன் இந்த இரண்டு வயதுகளைக் கொண்டு இரண்டு பெரிய பாரம் ஏற்றிய லாரிகளைப் போல அலைந்துகொண்டும், அவனுடைய வாழ்க்கையை வாழ்ந்து கொண்டும் - அவனுடைய அலுவலகத்தில் ஒரு கடைநிலைச் சிப்பந்தியாய் - காலத்தை ஓட்டிக்கொண்டும் தினம்தினம் பாரம் சுமக்கிறவனாய் இருக்கிறான். ஒருநாள் மழைக்கு ஒரு பெரிய கட்டடத்தின் கூரைக்குக்கீழ் ஒதுங்கிய போது உள்ளே ஏதோ சப்தம் கேட்டது. எட்டிப் பார்த்தான். நடுவில் ஒரு மேசைக்கு முன்பு இரண்டு கண்களை அசைத்தபடி, ஒரு கையில் புத்தகத்துடன், அடுத்த கையை நீட்டி வைத்துக்கொண்டு ஒருவன் இப்படிச் சொன்னான்.

'பாரம் சுமக்கிறவர்களே என்னிடம் வாருங்கள்'

அவன் அன்றுதான் தன் இரண்டு வாழ்க்கைகளைச் சுமந்துகொண்டு அலைபவனான தன்னைப்பற்றி அறிந்த, இன்னொரு மனிதனைக் கண்டதாய் நினைத்தான். அதேநாளில், ஒவ்வொரு வாரமும் அதே கட்டடத்தில் போய், மழையில்லா விட்டாலும் ஒதுங்க இவன் தொடங்கினான்.

ஒருமுறை உடல்நலமில்லாமல் ஆனபோது அவன் மருத்துவமனையில் படுத்திருந்தான். மருத்துவரிடம் குளிர் ஜுரம் என எதைச் சொன்னாலும் மருத்துவர் அவனைப் பார்த்துச் சிரித்துக்கொண்டே 'உங்களுக்கு ஏதும் இல்லை. உடல் நலமாக இருக்கிறீர்கள். மனம் உங்களை ஏமாற்றுகிறது, வீட்டுக்குப் போய் படுத்துத் தூங்குங்கள்' என்றார். அவன் அன்று, தந்திரமாய், இன்னொரு இளைய வயது மருத்துவரின் முன்பு பிரசன்னமாகித் தனது நோய் பற்றிச் சொல்லி சிகிச்சை பெற்றான். அப்போதுதான் தன் இரண்டு உடல்கள் பற்றிய எண்ணம் சரிதான் என்று நினைத்தான்.

அதேபோல ஒருநாள் நகரப் பேருந்துக்குக் காத்திருந்தபோது தன்னுடன் வாழும் இன்னொருவனைப் பார்த்துப் பேசிக் கொண்டிருந்தாள் ஒரு பெண். அய்யா, என்னைக் கல்லூரியில் பார்த்தது ஞாபகம் இருக்கிறதா? நீங்களும் நானும் விலங்கியல் பாடப் பிரிவில் இளங்கலையில் படித்தோம். விலங்கியல் இறுதித் தேர்வில் கரப்பான் பூச்சியை டிஸெக்ட் செய்ய

பயந்துபோய் இருந்த எனக்கு டிஸெக்ட் செய்து அதன் ஒவ்வொரு அங்கமாகப் பின்குத்தி வைத்து பிரக்டிக்கல்லில் என்னை வெற்றி பெற வைத்தீர்கள். நான் இப்போது நல்ல வேலையில் இருக்கிறேன். என் மகன் உயர்நிலைப் பள்ளியில் படிக்கும் அளவு வளர்ந்துவிட்டான் என்று ஏதோதோ பேசிவிட்டுப் போனாள். அவனுக்கு ஏதும் புரியாவிட்டாலும் விலங்கியல் படித்தது உண்மையென்பது தெரியும். அதாவது அந்த இன்னொரு மனிதன் ஞாபகத்தில் வாழ்வதுபோலவே, ஞாபகத்திலிருந்து அவ்வப்போது எந்தச் சுவடும் இல்லாமல் மறைந்துவிடும் சாத்தியமும் உண்டு என அன்று அறிந்துகொண்டான். கஷ்டத்தைப் பாருங்கள்.

அதுபோல் அவ்வப்போது கதைகள் எழுதும் அவனது ஒரு கதையானது ஆங்கிலத்திலும் இந்தியிலும் மொழிபெயர்க்கப்பட்டுப் புகழ்பெற்றது. கதையின் உள்ளடக்கம் ஒரு மனிதன் பஸ் ஸ்டாண்ட் நெரிசலில் மாட்டிக்கொண்டு வேகவேகமாகத் தப்பித்தோம் பிழைத்தோம் என்று நடந்துகொண்டேயிருக்கிறான். அவனை எல்லோரும் விரட்டுவதாகவும், அது நடப்பது, பழக்கமற்ற வேற்று மாநிலத்தின் தலைநகர் என்றும் அறிகிறான். அப்போது அவனுடைய இரண்டு கால்களுக்கிடையில் இன்னும் இரண்டு கால்கள் அதிகம் தோன்ற, மிக அதிகமான வேகத்தில், குதிரைகளின் நான்கு கால்களைத் தான் பெற்று ஓடுவதாக ஒரு கதை எழுதியிருந்தான். அந்த விதக் கற்பனை எப்படித் தோன்றியது எனப் பலர் அவனிடம் கேட்டனர். அதன் ரகசியம் அவனுக்குள் இருந்த சிறிய வயதுடைய இன்னொரு மனிதன் தான் என்ற உண்மை அவனுக்கு மட்டுமே தெரிந்த ரகசியம் என்பது அவனுக்கு விளங்கியது.

இப்படி இரண்டு வயதுகளின் பாரத்தை உடலில் தூக்கிக் கொண்டு வாழ்வது சிரமமான காரியம் இல்லையா ஸார்?

இரண்டு சட்டைகளை ஒன்றின்மீது ஒன்று போட்டுக் கொண்டு நடக்கவே நமக்குப் பிடிப்பதில்லை. பார்க்க வடிவமற்றுக் காணப்படும் என்பதாக மட்டுமின்றி இரண்டு சட்டைகள் இரண்டு உடம்புகளுக்கானவை என்ற பொதுவான நம்பிக்கையே அப்படி யாரும் இரண்டு சட்டைகளுடன் நடமாடாததின் காரணம். ஊட்டியிலோ கொடைக்கானலிலோ இருக்கும் குளிரில் கூட ஒரு சட்டையும் அதன்மீது ஒரு ஸ்வொட்டரை மேலே தூக்கிப் போட்டு ஒன்றின்மீது ஒன்றாய்ப் போடுவோம். இரண்டு சட்டை என்பது, இரண்டு தோல் என்று மனிதர்கள்

நாம் கருதுகிறோம். ஒருதோல் மீது நமக்கு இன்னொரு தோல் முளைப்பதில்லை. இயற்கையும் கூட அப்படித்தான். ஒரு மரத்துக்கு ஒரு தோல் அல்லது ஒரு பட்டை தான் இருக்கும்.

அப்படியே ஒரு மனிதன் இரண்டு வயதுகளைச் சுமக்கிறான் என்பது இரண்டு பாரங்களைச் சுமக்கிறான் என்று அர்த்தம். ஒரு வாழ்வுக்கு ஒரு வயதுபோதும். இவனோ ஒரு வாழ்வை நியாயமாகக் கொண்டிருந்தாலும் இரண்டு மனிதர்களின் இரண்டு வித்தியாசமான அனுபவங்களையும் இரண்டு தடவை நடந்த பிறப்புகளையும் கொண்டிருப்பதாய் அர்த்தமாகும் விதமாய் இரண்டு காலங்களைக் கொண்டிருக்கிறான். ஒரு பிறப்பு என்பது பல கோடி ஜீன்களின் செல் பதிவுகளைக் கொண்டிருப்பது என்பார்கள் உடலியல் துறை நிபுணர்கள். அப்படியென்றால் இரண்டு பிறப்புகளைக் கொண்டிருக்கும் அவன் பல நூறு ஆயிரம் செல்களின் ஞாபகங்களைக் கூடுதலாய் சுமக்கும் பாரம் கூடியவனாய் அலைந்துகொண்டிருக்கிறான்.

அது நினைவுகளைப் போலவே, கனவுகளையும் நினைவின்மைகளையும் கூட அவனுக்குக் கொண்டுவந்த அவன் மூளையின் பாரமாய் அமைக்கிறது. நினைவுகள் அதனால் நெருக்கடி தருகின்றன. இரண்டு பஸ்கள் போகும் பாதையில் நான்கு பஸ்கள் போவதென்றால் எவ்வளவு கஷ்டம் என்பது உங்களுக்குத் தெரியும். ஒரு குறுக்கே கட்டிய நூலில் ஒருசில ஹாங்கர்களில் துணியைத் துவைத்துத் தொங்கவிட்டால் அந்த நூல் தாங்கும். ஆயிரக்கணக்காய்த் தொங்கவிட்டால் தாங்குமா? அதுபோல் தான் மனமும். அதில் ஒருசில பொருள்களுக்குத் தான் இடம். இங்கே குறிப்பிடப்படும் அவன் அப்படியல்ல. அதனால் ஒரு பெரிய நெருக்கடியைத் தனது மனித சுபாவத்தின் மீது ஏற்றிக்கொண்டு நடமாடுகிறான். அதனால் ஏற்படும் மனதின் நெருக்கடி கொஞ்சநஞ்சமல்ல. இரண்டு மனம் என்பது எப்போதும், ஓர் எளிதான விசயத்தைக் குழப்புவது என்றே பொருள்.

அதனால், அவன் குழம்புவது வாடிக்கைதான். வீட்டில், அலுவலகத்தில், இளைஞனாக இருந்தபோது மிகவும் குழம்பியதற்கு அவனது இந்த இரட்டை வாழ்க்கைதான் காரணமென்பதை வயது கூடக்கூட அடிக்கடி நினைக்கிறான்.

அவன் நிஜமாகவும் நிழலாகவும் வாழ்வது என்பதை அவ்வப்போது இளைஞனாக இருக்கும்போதே உணரத் தொடங்கினான் என்பதுதான் உண்மை. ஒருநாள் பள்ளியில் நடந்த சம்பவம் நினைவுக்கு வர அதைப் பிற்காலத்தில் நினைத்துப் பார்ப்பான்.

அது ஒரு திங்கள் கிழமை. ஆசிரியை ஒவ்வொரு மாணவராய் நேற்று என்ன செய்தீர்கள் என்பதை ஒவ்வொருவராகச் சொல்லுங்கள், சரியாகச் சொல்லவேண்டும் என்றார்.

முந்திய நாள் ஞாயிற்றுக்கிழமை விடுமுறை என்பதால் வீட்டில் என்ன செய்தார்கள் என்றோ, தோட்டம், துரவு இருந்தவர்கள் தோட்டத்தில் என்ன செய்தார்கள் என்றோ கிறிஸ்தவ மாணவர்கள், மாதா கோயிலில் என்ன செய்தார்கள் என்றோ சொன்னார்கள். இவன் முறை வந்தது. 'நீ சொல் நேற்று எங்கெங்கு போனாய், என்ன என்ன செய்தாய், சரியாய்ச் சொல்' என்றார் ஆசிரியை. அந்த ஆசிரியை அவ்வப்போது லேசாய்த் திக்குவார். இவன் சொன்ன பதிலைக் கேட்டு மொத்த வகுப்பும் 'கொல்' என்று சிரித்தது. காரணம் இவன் பதில் இப்படி இருந்ததுதான்:

'மேடம் நேற்று நான் பள்ளிக்கூடம் இப்போது இருக்கும் இதே இடத்தில் வந்து பாடம் கேட்டேன்' என்றான். அது ஞாயிற்றுக்கிழமை விடுமுறை நாள் என்பதால் எல்லோரும் சிரித்தனர். 'நன்றாக யோசித்துப் பார்த்துச் சொல்' என பிரமை பிடித்து அதிகம் திக்கிய ஆசிரியை சொல்ல, இவன் முதலில் சொன்ன அதே பதிலை மீண்டும் சொன்னான்.

காலம் பல உருண்டோடிவிட்டாலும் அவன் சொன்னது உண்மை என்பதும் அவனுக்குள் இருந்து இன்னொரு வாழ்வு வாழும் இன்னொரு வயது கொண்டவனின் அவனல்லாத ஞாபகமே அது என்பதும் பிற்காலத்தில் அறிந்துகொண்டான். அப்படியானால், அந்த இன்னொருவனுக்கு, பள்ளியைத் திறந்துவிட்டது யார், பாடம் எடுத்தது யார், அப்படிப் பார்த்தால் அந்த அவனுக்குள் இருக்கும் இன்னொருவனுக்கு இன்னொரு ஞாயிற்றுக்கிழமையும் அனுபவமாகியிருக்க வேண்டும். இன்னோர் அல்லது பல பீரியடுகளுக்கு வரும் பல ஆசிரியர்கள் வந்திருக்க வேண்டும். தனக்குள் இருக்கும் அவன் இன்னொரு உண்மையையும் ஞாயிற்றுக்கிழமையையும் பள்ளியையும்

கண்டிருக்கிறான் என்று யோசித்து அவனுக்கு மெலிதாய்த் தலைவலித்தது போல இருந்தது. இது மிகப்பெரிய உளவியல் சிக்கலையோ வாழ்வியல் சிக்கலையோ ஏற்படுத்தாவிட்டா லும், இளமையில் இருந்தே, தான் இன்னொருவன் என்ற உண்மை தன்னிடம் இருந்தது என எண்ணினான்.

அந்த இளமைக்காலத்தில் அவன் காதலித்து வந்த பெண்ணைச் சந்திக்க 'மறுநாள் மாலை நான்கு மணிக்கு பஸ் ஸ்டாண்ட் வா' என்று குறிப்பிட்டிருந்தான். ஆனால் மறுநாள் பஸ் ஸ்டாண்ட் போனபோது அப்பெண் வரவில்லை. காரணம் கேட்டபோது, அப்பெண் பஸ் ஸ்டாண்டில் ஐஸ்கிரீம் தின்றபடி நாலாம் எண் பஸ்தடத்தில் இருக்கும் சிமெண்ட் பெஞ்சில் அமர்ந்து அவனுடன் பேசிக்கொண்டிருந்ததைச் சொன்ன பிறகு அவளைச் சந்திப்பதை நிறுத்தினான். அவன் சந்தித்ததாய்ச் சொன்னது அவனுக்குள் இருந்த வேறொருவன். மிகவும் பிற்காலத்தில் தூக்கத்தின்போது பஸ் ஸ்டாண்டில் அப்பெண்ணைப் பார்த்துத் தெளிவான கனவாய்க் கண்டான். அன்றிலிருந்து அந்த ஞாபகம் அவனை விட்டு அகலாதபோது அது அந்த இன்னொருவன் அப்பெண்ணைச் சந்தித்த கதை என அறிந்தான். ஆனால், அது அவனுடைய இளைய வயதுப் பதிப்பு என்று முடிவுக்கு வந்தான். குழப்பமும் கனவும் நனவும் இவனுக்குள் இருவரை இணைத்தன.

மொத்தத்தில் இப்படி இரண்டு மனிதர்கள் ஒருடலுக்குள் வாழ்ந்த கதைக்குச் சொந்தக்காரனாய் அவன் வாழ்ந்தான்.

அதன் தீவிரம் ஒருநாள் அவனுக்குள் வாழ்ந்த வயது மூத்தவனின் அந்திமக்காலம் நெருங்கியபோது நடந்தது.

அவனது மனதில் எழுந்த அசாதாரணமான நினைவுகளும் தயக்கங்களும் எங்கிருந்தோ அவனுக்குள் திடீரென கொப்பளித்து எழுந்தன. அவன் வாழ்நாளில் அதுவரை என்றுமே அனுபவித்தறியாத சுரீர் என்ற ஒருவித வலியின் மூலம் ஒருவன் அவனுக்குள் தன் இறுதியை அனுபவிக்கிறான் என உணர்ந்தான். ஒரு மனித உயிரின் - மரத்தின் இறுதியல்ல - விலங்கின் இறுதி அல்ல - பூமியில் சிறப்பாக இயற்கை படைத்த மனித உயிர், தன் இறுதியை உணர்வது ஒரு விசேசமான தருணம். மரம் பட்டுப்போகும் போது அதற்கு வலிக்குமா? ஒரு வேடன் பறவையை அம்பெய்து வீழ்த்தியபோது பறவையின் வலி

காற்றில் பூவின் மணம் பரவுவதுபோலக் கௌதமபுத்தருக்குப் பரவியதாகப் படித்திருக்கிறேன் என்று சொல்லிக்கொண்டான். சாவு துக்கமானதல்ல; ஆனால் ஒவ்வொரு மனித உயிரும் படும் அவஸ்தை, ஒவ்வொரு விதமாய் அதன் அறிவுக்கேற்ப அமையும். தமிழகத்தில் வாழ்ந்த அரிதான மனிதரான பெரியார் வாழ்நாள் எல்லாம் கடவுள் இல்லை என்ற அறிவைக் கொண்ட அவர், இறுதியில் உயிர் போகும்போது அம்மா என்று சொல்லி இறந்ததாய் அவருடைய தொண்டர்கள் கூறியுள்ளார்கள். ஒவ்வொரு உயிரும் புத்தம் புதியதான அறிவைப் பெறும் நேரம் சாவின் நேரம்.

அவன் இப்படியெல்லாம் யோசித்தான். தோட்டத்தில், சந்தையில், ஹோட்டலில், கூட்டத்தில், தனிமையில் தனக்குள் நடக்கும் இன்னொரு உயிரின் இறுதி அவஸ்தையைக் கூர்மையான, தனக்குள் இருக்கும் ஞானக்கண்ணை மேலும் கூர்மையாக்கிப் பார்த்தான்.

உள்செவியைத் தீட்சண்யப்படுத்தினான். ஓர் உயிரின் மரணவலி தனக்குக் கேட்கும் என்று எல்லா இடத்திலும் காத்திருந்தான்.

கடைசியாய் இதுவரை தன்னுடன் இருந்த தன்னைவிட மூத்தவன் மறைந்துவிட்டான் என்பது ஒருநாள் புரிந்தது. அவன் வாழ்வின் அந்த முக்கியமான நாளில், அதுவரை அவன் காணாததும் கேட்காததுமான ஓர் அமைதி அவனுக்குள் பரவியது.

◐

14
முகத்தை மாற்றியவன்

மீண்டும் அந்த மனிதன் தன் முகத்தை மாற்றினான். அவன் பெயர் அசோக்குமார். பல காலங்களாக, நினைவிலும் கனவிலும் நான் காணும் மனிதன்.

இந்த முறை கண்களுக்குக் கீழ் இரண்டு பைகள் தொங்குவதுபோல் வயதாகிச் சுருக்கம் கொண்டு ஒளியிழந்த கண்களுடனும், கெட்டுப்போன அவனுடைய மனதுடனும், குரூரமான கொள்கைகளுடனும் தென்பட்டான். அவன் கொள்கைகள், உரிக்கப்பட்ட இரண்டு கழுகுகளாய், அவன் மார்பில் தொங்கின. மேலும், அவன் குரூரம் கொண்டு பயங்கரம் முளைவிடும் நெஞ்சின் முடியுடனும் காட்சி தந்தான்.

அவன் லேசானவன் அல்ல; ஒரு முறை கனவில் பாலைவனத்தில் வந்து எதிர்வீட்டு இளம்வயது விதவை, அவன் நிக்கர்போட்டபடி கோலி விளையாடிய சிறுவயதில், அவனை அவனுக்குப் பிடித்த அவித்த முட்டை இரண்டு கொடுத்து, அவன் சாப்பிட்டு முடித்துவிட்டுப் புறங்கையால் வாயைத் துடைத்துத் திரும்பியபோது பின்புறமாய் வந்து கட்டிப்பிடித்து அவனுக்குப் புணர்ச்சி இன்பம் என்றால் என்னவென்று அறியும்படிச் செய்ததைச் சொல்லிப் போனான். அவன் முகம் அன்று எப்படி மாறியபடி இருந்திருக்கும் என்று யோசித்தபோது ஒரு காட்சி தெரிந்தது. முகத்தின் காதுகள், பெரிய

கலியாண வீடுகளில் நூற்றுக்கணக்கான மனிதர்களுக்கு உணவு சமைக்கும் ஆறு அடிக்கு ஆறு அடி வட்டப் பாத்திரத்தின் எதிர்எதிர்ப் பக்கங்களில் துளை போட்டு நன்னான்கு பேர் தூக்குவதற்காக அமைக்கப்பட்டிருக்கும் பெரிய இரண்டு வளையங்கள் போல் காட்சி தந்தன. அதற்கேற்ப அவனுக்குப் பெரிய ஒரு மூக்கும் இருந்தது.

அவன், பலுஜிஸ்தானில் பிறந்து இந்தியா, சுதந்திரம் பெற்றபோது இந்தியாவுக்கு வந்தான்; வந்தபோது அவன் வாய் ஓர் ஓநாயைப் போல் காட்சி தந்தாலும் அவன் எதை எதையெல்லாமோ படித்தான். அவன் படிப்புக்கு, வாய் ஓநாய் போல் இருந்தது தடையாக இருக்கவில்லை. மனம் கொந்தளித்துக் கொண்டிருந்தது. படிப்பும் அவன் மேற்கொண்டிருந்த அவனது வேலையான ஆராய்ச்சியும் பெண்களை அவன் தேடிப்போகும்போது ஓரிரண்டு வாரம் அவனுக்கு விடை கொடுக்கும். ஒரே ஒருமுறை மட்டும் காட்டில் இருநூறோ, முன்னூறோ வருடங்கள் நின்று வளர்ந்த முள்மரம்போல் தானிருப்பதாய் உணர்வு பெற்றான்.

தான் எப்படிப்பட்டவன் என்ற கேள்வி ஒரு போதும் அவனை அணுகி, கேள்வி கேட்காதபடி மனத்திற்குக் கட்டளையிட்டான். ஒரு மொழியாய்வு நிறுவனத்தில் ஜூனியர் ஆய்வாளனாக இருந்தபோது, பலுஜிஸ்தானத்தில் வைத்துத் தலையில் கொக்கரக்கோ என்று கூவும் ஆண் கோழியைச் சுமந்தபடி நடமாடிய அவனுடைய தாய்வழித் தாத்தா, உருதுமொழியும் சமஸ்கிருதமும் கற்பித்தது ஞாபகத்திற்கு வந்தது. சிறுவயதில் அப்படிக் கற்பித்துச் சில வருடங்களில், அவனது ஞாபகம் என்னும் இருட்டறையில் செத்து உருண்ட கண்கள் தள்ளப் பிணமாய் தாத்தா கிடந்தது கண்டு பின்பு பயமின்றி வாழக் கற்றுக்கொண்டான். பலுஜிஸ்தானில் சில பெண்கள் ஒருநாள், விளக்குமாற்றால் அடித்து விரட்டிய அன்று, பள்ளியில் மதிய நேரம் உணவு உண்ண வீட்டை நோக்கி அவன் வந்தது, இந்தியா வந்த பின்பும் பலமுறை அசோக்குமாருக்கு ஞாபகத் திரையில் நடமிட்டது.

அவனைப் போல தாத்தா கற்பித்த உருதுமொழியும் சமஸ்கிருதமும் தெரிந்தவர்கள் அதிகம் இல்லாததால் மொழியாய்வு நிறுவனத்தின் அதிபர் அவன் செய்யும் குற்றங்களையும் அவன் முகம் அடிக்கடி ரூபம் மாறுவதையும் கண்டுகொள்ளாமல் இருந்தார். அப்போது அசோக்குமார் டெல்லியின் ஒரு மூலையில் தனி அறையில்

வசித்தான். எப்போதும் புத்தகமும் கையுமாக இருக்கும் அவனைவிட்டு அவனுடைய நல்ல பண்புகள் வெளியே போய் ஆடுமாடுகளுடன் காலாற நடந்து, அதன்பின்பு அவனிடம் வந்து சேர்வதற்கு மறந்து போகும். அது அவனுடைய குற்றமல்ல என்று முணுமுணுப்பான். அறையின் வலதுபக்கம் ஒரு மர அலமாரியிருந்தது. அதில் பல புத்தகங்களை டெல்லியின் பழைய புத்தகக் கடைகளில் இரவு பகலாய் அலைந்து அலைந்து சேர்த்தது. அவனுக்கு இருக்கும் நண்பர்களையும் அவனுடைய பக்தர்களாக மாற்றுவதில் சமர்த்தனாக இருந்தான். அவனுடைய மூளை புத்தகங்களுக்கும் பெண்களுக்கும் சமமாகப் பங்கு வைக்கப்பட்டிருக்கிறது என்று வாயைக் கோணலாக வைத்தபடி பேசித் தன்னையே தமாஷ் பண்ணி நல்லவனாகக் காட்டுவான்.

வாழ்வு என்னும் பழைய கால ரயில் வண்டியில், பழைய கால கரிபோட்ட ரயில் எஞ்சின் ஓடுவதுபோல, அதே அளவு வேகமில்லாமல் மெதுவாய் ஓடியவனின் மரணம் அவனது ஐம்பதாமாண்டில் வந்தது.

இரண்டு பெண்கள் அவனிடம் ஆய்வுக்கு வந்து ஏமாற்றப்பட்டுத் தற்கொலை செய்ததும் இன்னும் ஐந்து பெண்கள் விலைப் பெண்களாய் அதன்பிறகு வாழ்வை இழந்ததும் நடந்தன. பிரபலமான படிப்பாளியாகவும் பிரபலமான பலரின் வாழ்வை நாசப்படுத்தியவனாகவும் வாழ்ந்தவனின் கதை ஒரு ரயில்பயணத்தில் உறங்கும்போது மிக அமைதியாக முடிந்தது.

அப்போது, சென்னையிலிருந்து அவன் செத்துக்கிடந்த இடமான டெல்லிக்கு விமானத்தில் சென்று அவன் பிணத்தின் மீது மாலை அணிவிக்கும் சாக்கில் காறித் துப்பிவிட்டு 'இன்றுதான் எனக்கு மனம் நிம்மதியானது' என்றாள் நாற்பத்தாறு வயதுடைய ஒரு பணக்காரப் பெண்மணி.

அவன் இறந்த பிறகு அவனுடைய வாழ்வு பற்றிய பல தகவல்கள் புற்றீசலாய்ப் பறக்க ஆரம்பித்தன. அவை கற்பனையும் உண்மையும் என்ற இரண்டு இறகுகள் கொண்ட பருந்துகள் போலப் பலமானவை. அடைய நினைப்பதைச் சிறுத்தையைப் போல விடாமல் துரத்தித் துரத்தி அடைபவன் என்று அவன் நாற்பதாவது வயதில் மொழி நிறுவனத்தில் தலைவனானபோது இருபது வயது சிறுபெண்ணை அவனிடம் இழந்த தந்தை ஒருவன் கூறியதைக் கேட்ட பலரும் அசோக்குமாரை, அம்மனிதன்

முகத்தை மாற்றியவன் | 119

பாராட்டுகிறானா அல்லது சாபமிடுகிறானா என்று புரியாமல் விழித்தனர்.

ஒருமுறை அசோக்குமார் ஜெர்மனிக்குச் சென்று தனது உருது மற்றும் சமஸ்கிருத ஆய்வு ஒன்றுக்காகக் கௌரவப்பட்டம் பெற்றுவிட்டு வந்தபோது மொழிநிறுவனத்தில் ஒரு எலி அவ்வப்போது தென்பட்டது என்றனர். அவனால் ஏமாற்றப்பட்டுத் தற்கொலை செய்த ஒரு பெண்ணின் ஐந்து வருட ஆய்வைத் திறமையாய் அசோக்குமார் திருடி ஜெர்மனியில் பலர் முன் தனது ஆய்வாய் வைத்து ஏமாற்றினான் என்று எலி கூறியதாய் மொழி நிறுவனத்திலும் வெளியிலும் கிசு கிசு பரவியது. பல பெண்கள் அவனால் இறந்த செய்தி கேள்விப்படும்போதெல்லாம் அசோக்குமாருக்குப் பயப்படத் தெரியாது. அவன் செய்யப்பட்டிருப்பதே அப்படி. அவனை ஆண்டவன் உருவாக்கியபோது, மறந்துபோய், மனதை அவனுக்குள் வைப்பதற்குப் பதிலாய் ஒரு சிறிய தீப்பெட்டியைத் தெரியாமல் வைத்துவிட்டான் என்று மொழிநிறுவனத்தின் இயக்குநர் அசோக்குமாரின் பர்சனல் செக்ரட்டரி, வெளியில் சாயா குடித்து சமோசா தின்றபடி அக்கம்பக்கம் பார்க்காமல் கூறினான்.

அசோக்குமார் மொழிநிறுவனத்தின் இயக்குநர் ஆனபோது முதல்நாள் அவனது அழகான கேசத்தைத் தூக்கிவிட்டுக் கொண்டு மொழி நிறுவனத்துக்கு அவனுக்காக அரசால் ஒதுக்கிய புதுக் காரில் வந்திறங்கினான். அப்போது காரோட்டியின் இளம் மனைவி தூரத்தில் நின்று பூப்பறித்தபோது பூவில் இருந்த ஒரு தேனீ, நிறுவன இயக்குநன் அவளது இடுப்பைப் பார்ப்பதை, பறந்து வந்து கணவனான காரோட்டியின் காதுகளில் 'ரீரீஸ்' என்று கூறியது. பலுஜிஸ்தானத்தில் பிறந்து டெல்லிக்கு வந்து வாழ்க்கை என்னும் மரத்தின் மீது அனுபவம் என்னும் பெருங்காற்று ஒவ்வொன்றாய் வீசியபோது எவ்வளவோ பார்த்துவிட்ட அசோக்குமார், யூகித்ததுபோல் காரோட்டுநர், தனது மனைவியின் இடுப்பை எடுத்துக்கொண்டு போய் ஒளித்து வைக்கத் தனது வீட்டு அலமாரிகளில் இடமில்லை என்பதை உணர்ந்து அடுத்தநாள் அவளை ஹரியானாவில் உள்ள அவளது தாயின் வீட்டில் பத்திரமாகப் பூட்டினான். அதை அறிந்த அசோக்குமாரின் வீட்டில் சமையல் செய்துகொண்டு பத்து குழந்தைகளைப் பெற்ற நிஜமான, படிப்பறிவில்லாத மனைவியின்

முகத்தில் ஒரு சிறிய புன்னகைப் பூ பூத்தது. அப்போது தன் கணவனின் தாத்தா உயிரோடு இருந்த காலத்தில் அடிக்கடி பெருமூச்சுடன் கூறிய அசோக்குமாரின் சாட்சாத் தந்தை பற்றிய பயங்கரமான ஒரு சம்பவத்தை நினைத்து நடுநடுங்கினாள் அவள். சடாரென முகத்தில் மலர்ந்த பூவைக் காணாதபடி போக வைத்தாள் வைதேகி என்ற பாவமான அப்பெண். ஆனால் அந்த ஏழைக் கிராமத்துப் பெண்ணுக்குக் கழுகுகளைச் சுமந்து திரிந்த அசோக்குமாரின் தாத்தா, அசோக்குமாரின் அதே இரத்தம் ஓடும் அவனது தந்தை கெடுத்த பல பெண்களின் ரகசியங்களைக் கூறியிருந்தார். அதனால் தந்தைக்குச் சரியாய்ப் பிறந்த மகனான அசோக்குமார் இன்று தன் காரோட்டி செய்த செயல் பற்றி என்ன எண்ணுவான் என்று அறியும் ஒருவித அதீத ஆற்றல் கொண்டவளாய் அவள் காணப்பட்டாள்.

பிரான்ஸ் நாட்டில் நடந்த கீழைத்தேய மொழிகளின் மாநாட்டில், கருத்தரங்கு நடந்த மூன்றாம் நாள் அசோக்குமார் "... பெல்லோ அஃப் த இன்ஸ்டிட்யூட்" என்ற கவுரவத்தை யாரும் எதிர்பார்க்காதபடி பெற்றது பல எதிர்வினைகளை உருவாக்கியது. உருது அறிஞர்கள் தங்கள் தாய்மொழியான உருதுமொழியில் அசோக்குமார் பெரிய அறிஞன் இல்லை என்றார்கள். சமஸ்கிருத அறிஞர்கள் வால்மீகியின் ராமன் என்கிற பாத்திரத்தைப் பற்றி பக்திப் பரவசம் வந்தபோதெல்லாம் ஒன்றுக்குப்போகும் அளவுகூட முக்கியத்துவம் கொடுக்காமல் அசோக்குமார் பேசினான் என டெல்லி வட்டாரத்தில் கூறியபடி திரிந்தார்கள். அப்படிக் கூறியவர்கள் ஒருவரைக்கூட மொழி நிறுவனத்தில் காலடி எடுத்து வைக்கக்கூட அசோக்குமார் அனுமதிக்கவில்லை.

ஏற்கெனவே கூறப்பட்ட அசோக்குமாரின் மரணத்துக்குப் பிறகு மிக அதிகமாய் இருந்த தகவல்கள், பெருச்சாளிகள் பழைய வீட்டில் அசுத்தமான பலகாலம் பயன்படுத்தாத அறைகளில், துவாரமிட்டு ஓடிக்கொண்டிருப்பதுபோல், இருளோடு ஓடிக்கொண்டிருந்தன என்பது. இன்னொன்றும் உண்டு. அது பெருச்சாளிகளைப் போலக் காணப்பட்ட சில தகவல்கள் அவை கடித்து மெல்ல முடியாத விடிகாலை இருளை, அழுக்குப் பழந்துணித் துண்டுகள் போல இழுத்துக் கொண்டு வந்தன என்பது.

பலுஜிஸ்தானில் சிறுவயதில் கண்ட கனவுகளை மறக்காத அசோக் குமார், ஒரு கயவனா, பெண்பித்தனா, அறிஞனா என்று யாருக்கும் அவன் முகத்தைப் பார்த்துக் கண்டுபிடிக்க முடியாதபடி அடிக்கடி மாற்றும் கலை அவனுக்கு அத்துப்படி. இது அவனைப் பற்றி எல்லோரும் அறிந்து வாய்வலிக்கப் பேசியது. அவனுடைய தந்தை பற்றிய நினைவு அவனின் மேல்மனம் என்னும் செடியிலோ அல்லது கீழ்மனம் என்னும் பாழ்கிணற்றிலோ வரக்கூடாது எனத் தடையிட்டிருந்தான். அவனுடைய தந்தையின் ஒரு கறுப்பு வெள்ளைப் புகைப்படத்தை அவனுடைய படிப்பறிவற்ற மனைவி, யாருக்கும் தெரியாமல் தன் மாமா என்ற மரியாதை உணர்வுடன், ஒரு சாயம்போன டிரங்பெட்டியில் தனது திருமண ஆடைகளுடன் பலகாலமாய்ப் பாதுகாத்து வந்தாள். அது அவனுக்குத் தெரியாது. அதாவது தான் அடைய நினைக்கும் பெண்ணின் எந்தத் தகவலைப்பெற்று அவளைக் கவிழ்த்து, தன் காரியத்தைச் சாதிக்கப் பாதாள உலகத்துக்கு வேண்டுமென்றாலும் போய் அப்பெண்ணை அடையும் சாமர்த்தியம் கொண்ட அவனுக்குத் தன் மனைவி தன் தந்தையின் புகைப்படத்தை அப்படிப் பராமரித்தது மட்டும் தெரியாது. அந்தப் புகைப்படத்தைப் பார்க்கையில் பல முகங்கள் தோன்றி அவளைச் சிரிப்புக்காட்டும். அதற்காகவே அப்படத்தை அவள் பராமரித்தாள்.

புத்தகங்கள்மேல் தனக்கு அதீத காதல் உண்டென்று அடிக்கடி கூறி, பழைய புத்தகக் கடைகளில் வடமேற்கு இந்தியப் பிராந்தியங்களிலிருந்து விநோதமான எழுத்துகளுடனும் மந்திரவாதத்துக்குப் பயன்படும் கோடுகோடாய்ச் சுழற்றிச் சுழற்றி இழுக்கப்பட்டிருக்கும் சிவப்பு மஞ்சள் படங்களுடனும் உள்ள சித்திரங்களால் ஆய்வு நிறுவனத்தை அலங்கரித்தான். அதுபோல், ஆதிவாசிகள் பயன்படுத்தும் தைலத்தில் ஊறவைத்த சுவடிகளையும் வாங்கிக்கொண்டு வருவதில் சமர்த்தனாக இருந்தான் அசோக்குமார்.

அவன் உயிரோடு இருந்தபோது அவனை இயக்குநனாக மொழிநிறுவனத்தின் செயற்குழு நியமித்தபோது வழக்கமாய்ச் செய்வதுபோல் பற்களைக் கடித்துப் பீறிட்டு வந்த ஒரு சிரிப்பைப் பிறந்த குழந்தை ஒன்றின் கழுத்தைத் திருகிக் கொன்று அடக்கம் செய்வது போல, தன் மனம் என்னும் தரையில் புதைத்தான்.

அந்த நிறுவனத்தை நடத்தும் செயற்குழுவில் ஒரு புகழ்பெற்ற சினிமா நடிகன் உறுப்பினனாக இருந்தான். மிகவும் செல்வாக்கு மிக்கவன். அவன் புராணக் கதாபாத்திரங்களில், முகத்தையும் கழுத்து மார்பு தோள்களையும் நீல மையால் பூசிக்கொண்டு நடிப்பான் என்பதால் அவனுடைய, நிஜமான மனைவி பலகாலத்துக்கு முன்பே செத்துப் போனதால், இப்போதைய திருமணம் செய்யாத மனைவியாக வாழ்ந்த ஓர் இளம் பெண்ணுக்கு, அசோக் குமார் ஆய்வுக்கு வழிகாட்டியானான். அவளை ஒருநாள் நடிகனின் ரசிகர்கள் ஏற்பாடு செய்த விழா அரங்கின் வெளியே பார்த்தபோது ‘உனக்குள் யாருக்குமில்லாத ஒருமுகம் உள்ளது, நடிகனை விடாதே’ என்று புத்தி சொன்னான். அவள் படிப்பு பற்றி விபரம் கேட்டு வடமேற்குப் பிராந்தியத்தில் பேசும் ஓர் ஆதிவாசி மொழியை அவள் பேசுவதைக் கண்டு, அவனுக்குத் தெரிந்த ஓர் அச்சகத்தில் சொல்லி ஒரு முதுகலை டிகிரி சான்றிதழ் தயார் செய்து முனைவர் பட்டத்துக்கு இல்லாத ஒரு மொழியை ஆய்ந்து அவள் கண்டுபிடிக்க வந்திருக்கிறாள் என்று திருட்டுத்தனமாய் எல்லோரையும் நம்ப வைத்தபோது அவளுக்கு உண்மையிலேயே ஒருமுகம் தோன்றியது கண்டு அவள் மகிழ்ந்தாள். “அய்யா எனக்கு நீங்கள் கண்டுபிடித்ததுபோலவே புதுமுகம் தோன்றிவிட்டது ஒரு காளான் தரையில் முளைப்பதுபோல” என்று இரண்டு கைகளையும் கோழியின் இறகுபோல் அடித்துக்கொண்டு பறந்து வந்தாள். அவள் மூலம் மொழி நிறுவனத்தின் செயற்குழு உறுப்பினனான நடிகனை, காக்கா பிடித்து, அவன், அசோக்குமார் வடமேற்கு இந்தியாவில் பெரிய அறிவுப் புரட்சியை ஏற்படுத்தி அறியாமை என்னும் இருளை நெருப்பிலிடுவான் என்று எல்லோரையும் சம்மதிக்க வைத்து அசோக்குமார், அன்று நிறுவன இயக்குநன் ஆனான். அது அவனுடைய பழைய கதை.

ஒருநாள் மொழி நிறுவனத்தில் அவன் தன் அலுவலக அறையில் அயர்ச்சியுடன் காணப்பட்டபோது, அவனுடைய அலுவலகச் சிப்பந்தி யாரும் உள்ளே போகாதபடி வாசலை அடைத்தான். அப்படி அலுவலகச் சிப்பந்திக்குப் பயிற்சி கொடுத்திருந்தான் அசோக் குமார். அப்போது தூக்கமும் பழங்காலமும் அவனைப் பீடித்தன. மெதுவாய் முனக ஆரம்பித்தான்:

‘இப்போது என்னைக் காண்கிறவர்களின் கண்கள் என்னை இனி பார்க்காது. என் உடல் முழுதும் எலும்புடன் ஒட்டியபடி இருக்கும். சதைத் துண்டுகள், ஏற்றப்பட்ட மெழுகுவர்த்தி உருகுவதுபோல் உருகிப் போகும், சஞ்சலமான இரவுகள் நட்சத்திரங்களால் முத்திரையிடும்.’

இப்படி அவனுக்கு உள்ளிருந்து வரும் குரலால் முனகிக் கொண்டேயிருந்தான். அப்போது அவன் தாத்தா தோன்றி இரண்டு மார்புக் காம்புகளையும் தோலுரிக்கப்பட்ட இரண்டு கழுகுகளாய்க் காட்டியபடி நின்று சிரிப்போ, சிரிப்பென்று சிரித்தார்.. அதனைக் கண்டு பயந்துபோன இயக்குநனான அசோக்குமார் ஆவேசத்துடன் எழுந்து மூடிய கதவுகளைக் காலால் எட்டி உதைத்துவிட்டுத் தன் அலுவலக அறையிலிருந்து வெளியே வந்தபோது வேலையை முடித்துவிட்டு எல்லோரும் போய்விட்டிருந்தனர். விஸிட்டர்ஸ் அமரும் பெஞ்சில் பெரிய குங்குமப்பொட்டு அணிந்த சமீபத்தில் அவனுடன் பழக்கம் கொண்டிருந்த உயரமான பெண் அமர்ந்திருந்தாள். கட்டடத்தின் பக்கத்தில், ஆனால் தூரத்தில் அவன் அறைக்குக் காவல் காக்கும் சிப்பந்தி ஒரு நாயைக் கல்லால் அடித்து விரட்டியவாறு நின்றான். தன் அப்போதைய மனக்கொந்தளிப்பு போகச்செய்ய வேண்டுமானால் அந்த வட்டவடிவக் குங்குமக்காரிக்குத்தான் அந்த வலிமை உண்டு என நினைத்து அவளைத் தெரியாதவன் போலப் பாசாங்குடன் அறைக்கு உள்ளே அழைத்தான். அறையைப் பாதுகாக்கும் சிப்பந்தி மீண்டும் நாயைக் கல்லால் அடித்து விரட்டப்போனான்.

ஏழு சமுத்திரங்களின் அலைகளுக்கு அப்பாலிருந்து விடுக்கப்பட்ட அறைகூவலைக் கேட்பவள்போல் அப்பெண் அடிக்கடி நாலாப் பக்கமும் பார்ப்பதும் தரையில் பார்ப்பதும் கல்லால் அடிக்கப்பட்ட நாய் ஒன்று கூனிக் குறுகி, வால்களை மடித்துக் கொண்டு ஓடுவது போலவும், ஒடுங்கியபடி அசோக்குமாரின் அறையில் அமர்ந்தாள். அதன்பின்பு தவளையின் கால்விரல்களை இணைக்கும் தோல்களுடன் அசோக்குமார் தனக்குள் ஒருவன் மிதப்பதைக் கண்டபோது பெரிய குங்குமத்துடன் தன்முன் அமர்ந்திருக்கும் பல தடவை அவனைப் ‘பல இடங்களில் சந்தித்த பெண்ணைத் தப்பிப்போ’ என்பதுபோல இரண்டு கைகளையும் நீட்டி முறித்து தலையால் கதவை நோக்கிச் சமிக்ஞை செய்தான். அப்பெண் தன் சேலைத் தலைப்பால் தோளை

இழுத்து மூடிக்கொண்டு, மெதுவாய்க் கதவு ஒலியெழுப்பாமல் திறந்து காற்றுகளே இனி நீங்கள் உள்ளே போங்கள் என்று மௌனமாய்க் கூறியபடி ஓட்டமும் நடையுமாய்த் தூரத்தில் பஸ் நிறுத்தத்திற்குப் போனாள். கடைக்கண்ணால் அவளைப் பார்த்த அறைக் காவலாளி என்ன நினைத்தானோ, இன்னொரு கல்லை எடுத்து இயக்குநன் தன்னை தனது அகங்காரம் மிக்க குரலால் அழைப்பதுவரை இன்னொரு நாயை அடிப்பதற்காக ஒழுங்காய்ப் போனான்.

மரணம் வந்து அசோக்குமாரைத் தழுவிய அன்று, ஒரு கழுதை மீது அழுக்குத் துணி மூட்டைபோல பாரமாய், அத்தனைக் காலமும் வாழ்ந்த அசோக்குமாரை அன்று அரிதாகவே அவனுடைய நினைவில் வரும் அவனுடைய தந்தை வந்து அழைத்தார். அசோக்குமாரின் மனைவியின் பாதுகாப்பில் புகைப்பட வடிவில் இருந்த சோர்வை உதறிவிட்டு, அவனுடைய தந்தை நினைவிலும் கனவிலும் ஒரே நேரத்தில் தோன்றி மகனே என்று அழைத்துக்கொண்டே இருந்தார்.

சிறுவனாய் பலுஜிஸ்தானில் ஒரு சிறிய தெருவில் தந்தை அழைத்துப் போகிறார். மேகமூட்டம் வந்து மழைபொழியும் அன்று அவனைப் போன்ற சிறுவர்கள் அப்பிராந்தியத்தில் புகழ்பெற்ற விளையாட்டான பட்டம் விடுவதை நிறுத்திவிட்டு மழை வருகிறது டோய் என்று ஓடிப்போய் தங்கள் சிறிய குடிலுகளுக்குள் போய் மறைகிறார்கள். இவனிடம் ஒரு பெரிய வீட்டைக் காட்டி அவன் தந்தை அந்த வீட்டில் யார் யார் இருக்கிறார்கள் என்று பார்த்து வரக் கட்டளையிடும் காட்சி. அது அசோக்குமார் இன்று மொழி நிறுவனத்தின் இயக்குநன் ஆனாலும் நினைவுக்கு வருகிறது. அப்போதும் ஒரு புதிய முகம் அவனுக்கு வந்து ஒட்டிக்கொண்டது.

சாதாரண தரையிலும் பெருங்கடலில் தவறி விழுந்து நீந்துபவன் போல மனம்கொண்டு அங்க அசைவுகளின்றி மெதுவாய் நடக்க நடக்க ஆவலாதிகொள்ளும் அசோக்குமார் அவனுடைய காரில் நடுங்கியபடி அமர்ந்திருக்கும் பெண்களை நினைத்துப் பார்த்து அந்தப் பெண்கள் அவனை விரும்புகிறார்கள் என்ற ஒரு கற்பனையை மேற்கொள்ளும்போது தனக்கு விருப்பமான பழஞ்சுவடி ஒன்றைத் தேடுவது போல அந்தப் பெண்கள் எப்படிப்பட்டவர்கள் என்ற ஆராய்ச்சியில் மூழ்குவான்.

அப்போது அவனுடைய உடம்பு பாதையின் ஓரத்தில் நிற்கும் ஒரு கவனிப்பாரற்ற செடி போன்றது என்று சம்பந்தா சம்பந்தமற்று யோசனை வரும். வானம் ஏன் கொந்தளிக்கிறது என்றொரு கேள்வி இயல்பாகத் தென்படும். வானத்தைப் பார்ப்பான். சிலவேளை தனக்குள் ஒரு காட்டுமிராண்டி புகுந்து விட்டானோ, அவன் எப்படிப்பட்ட முரட்டு மனிதனாகத் தென்படுகிறான் என்று நினைப்பான்.

பின்னாளில் பலுஜிஸ்தானிலிருந்து இந்தியாவுக்குப் பேரனை அனுப்பும்போது தலையில் அன்று கோழியைச் சுமக்காதபடி பெரிய துயரத்தால் அடித்துத் துவைக்கப்பட்ட தாத்தா வாயிலிருந்தும் கண்களிலிருந்தும் நீர் வடிய அடிக்கடி வானத்தைப் பார்த்துச் சொன்னார். பல காலம் தம் பேரனுக்குத் தெரியக்கூடாது என நினைத்த அந்த ரகசியத்தைச் சொன்னார்:

‘என்ன நடந்தது தெரியுமா? எல்லைப்புறத்தில் பணியாற்றிவிட்டுப் பல மாதங்களுக்குப் பிறகு வந்த அந்தப் போர்வீரனின் வீட்டுக்குள்ளிருந்து உன் அப்பா பின்புற காம்பவுண்டு வழித் தப்பித்து ஓடியபோது போர் வீரனின் மனைவி திக்பிரமை பிடித்து நிற்க, போர்வீரனின் துப்பாக்கிக்குண்டு பாய்ந்து உன் தந்தை இறந்துபோனான். என் மகனின் பிரேதம் விழுந்தது. அவன் ஊரில் செய்த தப்புகளுக்குக் கணக்கு வழக்கே இல்லை. பெண்களை வாழவிடவில்லை. அதனால் நான் அவன் செத்தது பற்றிக் கவலைப்படவில்லை. நீ அவன்போல் வாழக்கூடாது. அதற்குத்தான் பலுசிஸ்தானிலிருந்து வேறொரு நாட்டுக்கு அனுப்புகிறேன்’.

மீண்டும் மீண்டும் பாறையில் வந்து அலைபோல் அடித்துக்கொண்டேயிருக்கும் அந்தக் குரலை அசோக்குமார் அது தோன்றும் போதெல்லாம் உதாசீனமாய் மறக்கவே விரும்பினான். ஒரு பெரிய மலை வெடி வைத்துத் தகர்க்கப்பட்டுச் சிறு துணுக்குகளாய்ப் பொடியாக்கப்பட்டு அவன் மனதில் குவிக்கப்பட்டதுபோல உணர்ந்தான்.

அப்போது ஒரு கேள்வி பாரமாய் உலக அழுக்கெல்லாம் சேர்ந்து கிடக்கும் குவியலில் ஒரு புழு தோன்றியதுபோல நீளமாய் வெளுத்ததாய் மொழுமொழுவென, இத்தனை ஆண்டுகளுக்குப் பிறகு, இன்னொரு நாட்டில் வைத்து, தோன்றியது. என்றைக்கும் மறக்க முடியாதது அந்தக் கேள்வி. அப்படி ஒரேயொரு கேள்வி

அவனுக்குத் தோன்றியது: உன் தந்தையை, கள்ளத்தனமாய்த் தன் மனைவியுடன் தொடர்பு வைத்திருந்ததற்காய், போர்வீரன் சுட்டுக் கொன்றபோது உன் தந்தையின் வழக்கமான முகம் மாறியது, வேறொருமுகமாய் என்பது உண்மையா?

இதுதான் மொழி அறிஞன் போலவும் பெண்பித்தனாகவும் ஒருசேர வாழ்ந்த அசோக்குமாரின் கதை.

◐

15

முளைகள்

அன்று அவன் தொலைபேசியில் ஒரு பெண் பேசினாள்.

அவன் எழுதி இப்போது மறந்து போன கதையைப் பற்றிச் சொன்னாள். எப்போதோ எழுதி மறந்து போன ஒரு கதையைப் பற்றிச் சொன்னால் எந்த எழுத்தாளன்தான் ஆர்வம் காட்டாமல் இருப்பான்?

அவன் இப்போது வயது ஐம்பதுகளைத் தாண்டியவனாக இருந்தாலும் அந்த இளம் கல்லூரி மாணவி தன் இனிய குரலில் தத்துவரீதியில் எழுதப்படும் அவன் கதைகளைப் பற்றிக் கேட்கும்போது, அவனும் ஒரு கல்லூரி மாணவனாக மாறுவதுபோல ஒரு நினைப்பை அடைந்தான். இன்று அவள் ஏதோ ஒரு கதையில் வரும் பாத்திரத்தின் பெயர் சொல்வாள். பலமுறை அப்பெயரை மறந்து போனதுபோலவே இப்போதும் மறந்தான். இந்த இரண்டு ஆண்டுகளில் பத்தாவது முறையோ, பதினைந்தாவது முறையோ அழைக்கிறாள். ஏதோ ஒரு குணம் அவளின் கதைகளின் வர்ணிப்பில் இருக்கிறது. இன்று இப்படிச் சொன்னாள்.

உங்கள் கதையில் வரும் பாத்திரமான ஸ்கைலார்க் என்ற பெயரில் உங்களை நான் அழைக்க நீங்கள் மறுப்பு சொல்லமாட்டீர்கள்தானே? அந்தக் கதை ஒன்றில் ஒரு பூஞ்செடி பட்டுப்போய் நிற்கும். அக்கதையில் வருபவன் அச்செடி விரைவில்

பச்சையாக மாறி மீண்டும் தழைத்துப் பூ விடும் என்று கருதித் தினம் தினம் நீருற்றுவான். யாருக்கும் அச்செடி பூக்கும் என எண்ணமில்லை. ஆனால் கதையில் வருபவன் நம்பிக்கையுடன் நீரூற்றுவதை நிறுத்தமாட்டான். அச்செயலில் ஒரு மாயம் இருக்கும். நம்பிக்கை ஒரு மிகப்பெரிய மாயம்தானே. அக்கதையை அவள் விரும்பினாள் என்றாள். வழக்கம்போல, அவள் பேசிக் கொண்டேயிருந்தாள்.

அந்தக் கதையின் பகுதியைப் பல தடவைகள் தான் படித்தாலும் தனக்குச் சோர்வு வருவதில்லை என்றாள்.

அவள் அப்படிப் பேசும்போது ஏதேனும் கதையில் பட்டுப்போய் மீண்டும் உயிர் பெறும் ஒரு செடி பற்றிய தகவலுடன் தான் ஏதும் எழுதினோமா என்று அவனுக்கு ஞாபகம் வராது. ஆனால் அவள் பேசும்போது அக்கதையின் வசீகரம் அவள் குரலை மாயக்குரலாய் மாற்றுவது அவனுக்குத் தெரியும். அந்த மாயக்குரலைக் கேட்டுக்கொண்டிருக்க வேண்டும் என்பதற்காய் ‘உம் உம்’, சொல்லுங்கள் என்று கூறுவான்.

‘நீங்களும் கதைகள் எழுதும் பழக்கமுண்டா?’ இப்படி ஒருநாள் கேட்டான். அவள் நேரடியாய் பதில் சொல்லவில்லை.

பட்டுப்போன செடி பற்றிய கதையில் இருக்கும் ஓர் அபூர்வமான முழுமைக் குணத்தைச் சொன்னாள். அக்கதையின் முழுமை மனதில் வரும்போது நெருப்பைத் தொடுவது போல ஓர் அனுபவம், நான் பெறுகிறேன், எப்படி எழுதுகிறீர்கள்? என்று கேட்டாள். ‘உம் உம்’ என்று எதுவும் சொல்லாமல் கேட்டுக் கொண்டிருந்தான்.

முதல்முறை தொந்தரவு செய்கிறேனா என்று மன்னிப்பு கேட்பதுபோலப் பேசியவள், பின்பு எத்தனையோ முறை அழைத்தபோதும் அந்த மன்னிப்பு கேட்கும் தொனி இருந்ததே இல்லை. உரிமையுடன் அவள் பேச ஆரம்பித்த உடன் கதையில் ஒரு மாயத்தன்மை வந்து ஒட்டிக்கொள்ளும். அவள்தான் அந்த மாயத்தை ஏற்படுத்துபவளா என்றும் தோன்றும். அந்த மாயத்தன்மை உயிர்பெற்று அவளுக்கும் அவனுக்குமான உரையாடலை மிகவும் தவிர்க்க முடியாத ஒரு பேச்சாக மாற்றும். கடகடவென்று பேசும் அவள் பேச்சுமுறை ஏதோ ஒரு சக்தியால் உந்தப்பட்டு அவள் பேசுகிறாள் என்று அவனை உணரவைத்தது. எங்கோ தூரத்திலிருந்து பேசுகிறாள்

என்பதுபோல அவன் உணர்வானே ஒழிய அவள் எங்கிருந்து பேசுகிறாள் என்று ஒருநாளும் கேட்க வேண்டுமென்று தோன்றியதில்லை. ஓரிருமுறை மீண்டும் மீண்டும் பட்டுப்போய் மீண்டும் தளிர்க்கும் அந்தக் கதையின் தகவலைப் பேசினாலும் ஒவ்வொரு முறையும் ஒரு புதுவிஷயம் பற்றிப் பேசுவது போல ஓர் உத்வேகம் அவளிடம் இருந்தது. அவள் எப்போது உத்வேகம் இழப்பாள், எப்போது, எப்போது உத்வேகம் கொள்வாள் என்பது அவனுக்குத் தெரியும். அதனால் பேசும் விஷயம்தான் அவளுக்கு அந்த ஆற்றலைக் கொடுக்கிறது என்று கேட்பவர்களுக்கு விளங்கும்படிக் கடகடவென்று கொட்டுவாள். அவள் எல்லோருக்கும் இருக்கவேண்டிய ஒருவித கன்ட்ரோல் இல்லாமல் பேசுபவளோ? கட்டுப்பாட்டு இழப்பு அவள் உடம்பில் இருக்கிறது எனத் தோன்றும்படி பேசுவாள்.

அதுதான் அவளுக்கு ஓர் இருத்தலைக் கொடுக்கும். மற்றபடி அவள் இல்லை என்பதுபோல இருக்கும் அவள் பேச்சு.

அப்படிப் பேசும் நேரத்தில் மட்டும் பிறப்பு எடுக்கிறாள். மற்றபடி அவளுக்கு ஒரு பிறப்பு இல்லை, ஒரு வாழ்வு இல்லை, ஒரு பெண்ணே இல்லை எனப் பேசிக் காட்டுபவள் அவள்.

இன்னொரு முறை அவள் பேசியபோது அவளின் கல்லூரிப் படிப்பு பற்றிக் கேட்டான் அவன். அத்தகைய தகவல்கள் எல்லாவற்றுக்கும் அவளுக்குள் பிரவாகித்துப் பொங்கும் உற்சாகப் பேச்சே பதில் என்பதுபோல், அவளுடைய காந்தக் குரலால், உயிர்ப் பகுதியைப் பயன்படுத்தித் தன் சக்தியைப் பெற்றுப் பேசுகிறவள் போல், ஒரு பதிலைச் சொல்லிவிட்டு அவன் கதையைப் பற்றிப் பேசுவதால் உயிர் வாழ்கிறாள் என்று சொன்னாள்.

எழுதுகிறவன் எழுதும் கணத்தின் மூலம் எப்போதும் உயிரோடு வாழ்கிறான் என்பது அவனுக்கு இப்போது நன்கு தெரிந்தது. மற்றவர்களின் கதைகள் சிலதைப் படித்துவிட்டுச் செத்துப் போகிறவர்கள் கதைகள் அவை என்று அவள் கூறிய அன்று கைப்பேசியில் சற்று நேரம் எந்தச் சப்தமும் அவன் கேட்கவில்லை. லேசாக யாரோ தூங்கும்போது எழும் மூச்சுபோல் கேட்க அவள் பேசும்போதே தூங்கிவிட்டாள் என்று ஓர் உணர்வு அவனுக்கு ஏற்பட, தொலைபேசியை நிறுத்திவிட்டு அன்று ஏதோ ஓர்

உணர்வு தன் உடலில் புகுந்துவிட ஒரு மாயப் பெண் தந்த கவர்ச்சி ஏற்பட்டதான அனுபவம் பெற்றான்.

அடுத்தமுறையும் பழைய அதே உற்சாகத்தில், அப்படி ஓர் உற்சாகத்தைப் புதிதாய்ப் பெற்றவள் போலப் பேசினாளே தவிர, வேறெந்த மாற்றமும் அவளிடம் காணப்படவில்லை. அவள் பேசும்போதே தூங்கும்படியான ஆயாசம் ஏற்படும்படி ஓர் அழுத்தம் அவளுக்கு ஏற்படலாம் என்ற எண்ணம் ஏற்பட்டதே ஒழிய வேறெந்த எண்ணமும் அவனுக்கும் ஏற்படவில்லை. அவளும் அன்றைய தூங்கும் நிலைக்குப் போன சம்பவம் பற்றி ஏதும் சொல்லவில்லை. அவனும் எதுவும் கேட்கவும் இல்லை. அவள் ஏதும் சொல்லாததன் மூலம் ஏதோ உணர்த்தினாள் என்று அவன் வலிமையான எண்ணம் பெற்றான். அதற்குமேல் எதுவும் அவளிடம் பேசுவதற்கில்லை என்பதுபோல அவர்களுக்கிடையில் மொழியால் ஒரு பாலம் இடப்பட்டதாய் இருந்தது. இருவரும் அதை அப்பட்டமாய்ச் சொல்லித்தான் நிறுவ வேண்டும் என்பதுபோல இருவரின் உறவும் பலவீனமாய் இல்லை என்று அவன் நினைத்தான். அந்தப் பெண்ணும் நினைத்தாள். இதனை இருவரும் பரஸ்பரம் பரிமாறிக்கொள்ளத் தேவையில்லாமலே புரிதல் கொண்டிருந்தார்கள்.

பத்து பதினைந்து நாட்கள் இருக்கலாம் என்று நினைத்தவன் அவளுடைய அழைப்பை எதிர்பார்த்தது போலவே அன்று பெற்றபோது, குதூகலம் அடைந்தான். அவன் கதையில் வரும் பெண்ணின் பெயரைக் கூறியபோது அவனுக்குப் பேசுவது யாரென்று புரிந்துவிட்டது.

'சொல்லுங்கள்' என்றான்.

'இன்று உங்கள் கதையில் வரும், பல நூற்றாண்டுகளுக்கு முன்புள்ள ஞாபகத்தைக்கொண்ட பாத்திரம் ஒன்று பற்றிப் பேசப் போகிறேன்' என்று முகமன் கூறிவிட்டுத் தொடர்ந்தாள்.

அவனுக்குள் பொங்கிப் பிரவாகிக்கும் காட்டாறு போன்ற ஓர் உணர்வு ஏற்பட, சொல்லுங்கள் என்றபோது அவள் சொன்னது இப்படித் தொடர்ந்தது:

"மையச் சாலை, ஒரு கோயிலை நோக்கிப் போகிற பாதை. எப்போதோ பஸ்களும், கார்களும் போகும். அதிலிருந்து ஒரு சிறு பாதை கிளை பிரிந்து சென்று, சுமார் ஐம்பதடி

தூரத்தில், இருக்கும் மான்ஸிலில் முடியும். இந்த வருணனைக் கொண்ட கதையில் மான்ஸிலின் பல அறைகளில் ஒன்றில், ஒருவன் பல நாள் பூட்டிக் கிடந்த அறையில், ஒருநாள் திறந்து பார்க்கும்போது, பழைய மின்விசிறியானது சத்தத்துடன் மேலே வீசும்படி, தரையில் பாயில் படுத்திருப்பான்'.

அவனைப் பற்றி அன்று அவள் பேசத்தொடங்கிய அதே பேச்சு தொடர்ந்துகொண்டேயிருந்தது.

மீண்டும் அவன் நினைவு பெற்றபோது பெரிதாய் ஏதும் இல்லாத இந்த வர்ணனையில் ஏதுமில்லை என முதலில் நினைத்தவன் பின்பு ஏதோ இருக்கிறது. ஏனெனில் அவள் அப்படிச் சொன்னாள் என நினைக்க ஆரம்பித்தான்.

கால, இட எல்லை இல்லையென அந்த இளைய வயது இலக்கிய வாசகி, இன்னும் பலநாள் அடிக்கடி பேச ஆரம்பித்தாள். எப்போதோ பேசுபவள் அவள் என முதலில் அனுபவம் பெற, இரண்டு நாட்களுக்கொரு தரம் அவள் பேசுகிறாள் அல்லது தினமும் பேசுகிறாள் என அறியும்படி இருந்தது அவள் பேச்சு. சிலவேளை எப்போதும் பேசிக்கொண்டிருக்கிறாள் அவள் என்றும் உணர்ந்தபோது அவன் சித்தசுவாதீனம் அற்றவனாய் மாறிக்கொண்டிருக்கிறானோ என்றும் ஆலோசித்தான். ஒருநாள் அழகான நீலவானத்தை, நீண்டு செல்லும் ஒரு பச்சைப் பசேல் என ஒற்றையாய் வளர்ந்து செல்லும் ஒரு மரக்கிளையின் வழி பார்க்கும் ஒரு காட்சி, அவன் எழுதிய கதையில் பிரத்தியேகமான சிறப்புடையது எனப் பேசிக் கொண்டிருந்தாள். அப்படி நினைத்தபோது அவள் அப்படி சொன்னாளா அல்லது அவனே அப்படி அவள் நினைப்பாள் என உணர்கிறானா என நினைத்தான். பின்பு இரண்டும் ஒன்றுதான் எனப் பலகாலமாய்த் தனக்கொரு எண்ணம் ஏன் வந்தது என ஒரு கேள்வியை எதிர்கொண்டான்.

அவள் ஒருநாள் பிரமையின்றி, உண்மையில் பேசுகிறாள் என்று கைப்பேசியில் கவனமாய்க் கேட்க ஆரம்பித்தபோது ஒலிவடிவமானது மாற்றமுற்று, அது அவளுடைய பிம்பமாயிற்று. மொழி கவிதைபோல ஒலித்தது.

சாகசம் செய்யும் மனோநிலை வரும்போதுதான் உங்களுடன் பேசும் உந்துதல் வருகிறது என்று அவள் சொன்னபோது அவனுக்கு ஏதும் பதில் சொல்லத் தோன்றவில்லை. எனக்கும்

அத்தகைய உங்களின் பேச்சிலிருந்து என்ன உணர்வு எழுகிறது என்று ஏன் நீங்கள் கேட்கவில்லை என அவள் கேட்காமலே பதிலளித்தான்.

எனக்கும் உங்களிடமிருந்து தோன்றும் சாகச உணர்வுதான் உங்கள் ஒவ்வொரு சொல்லையும் செவிமடுப்பதற்குக் காரணம் என்று கதை எழுதுகிற அவன் சொன்னபோது அவள் 'அந்த உங்கள் உணர்வு வாஸ்தவமானது' என்று ஆமோதித்தாள். அந்த என் உணர்வு வாஸ்தவமானது என்று சான்று கொடுக்க அவளுக்கு என்ன தகுதி என்று எதிர்பாராமல் அவனுக்குக் கோபம் வந்தது. எனினும் இத்தனை நாளும் அவனும் அவளும் ஏதேனும் ஒரு பொதுவிதிக்குக் கட்டுப்பட்டிருந்தார்கள் என்றால் அந்த விதி இருவரும் கோபப்படக்கூடாது என்பது. அவள் இளப்பெண்ணாக இருந்தாலும் அந்த விதியை அவள் செம்மையாய்க் கடைப்பிடித்தாள். அவள் அவனிடம் ஒருபோதும் தன் உணர்வுகளை வெளிப்படையாய்க் காட்டியவளில்லை. கோபம் வந்தாலும் அது வெளிப்படாத குரலில் உரையாடல் தொடர்ந்து நடந்து கொண்டிருந்தாலும் - அவள் தன் குரலை உயர்த்தியதே இல்லை.

ஒருநாள் மட்டும் அவள் கோபப்படப்போகிறாள் என்று உள்மனது சொன்னபோது அவள் பேச்சு நின்றுபோக அவன் பேச்சு தொடர்ந்தது. அன்று மட்டும் அவனும் அவளும் இருவர் அல்ல, ஒருவரேதானா என்று புதுமையான ஓர் எண்ணம் வந்தது. அது உண்மையில் அவனுக்கு ஏற்பட்டது.

அதுபோல இன்னொரு சம்பவம் நடந்தது, இந்த இருவரின் உரையாடலில் என்று குறிப்பிட வேண்டும். அது வழக்கமாய் பேசும் அந்தப் பெண்ணால்தான் ஏற்பட்டது. அவள், அவன் எழுதியதோ எழுதாததோ ஆன கதையைப் பற்றிப் பேசும்போது ஒரு சம்பவத்தைக் குறிப்பிட்டுவிட்டுக் கடவுள் பற்றிய ஒரு விளக்கம் அதுவென்று கூறினாள். வலியுறுத்தி மீண்டும் கடவுள் பற்றிய மிகச் சிறந்த விளக்கம் அது என்றாள். அவன் எழுதிய கதைதான் அது என்றாலும் அவன் மறந்துவிட்டிருந்தான் என்பதுதான் உண்மை. நீர், ஊற்று அல்லது ஒரு மலர் அது எங்கிருந்து வருகிறது என்ற கேள்வி தோன்றும் ஒரு கதை என்று சொன்னாள், அந்தப் பெண். அவனுக்கு ஞாபகம் வரவில்லை. அதனால் அவளே அந்தச் சம்பவத்தை விளக்குவதுபோல விஸ்தாரமாக விளக்கம் சொன்னாள். அது அவன் மனதில்

பதியவில்லை. ஏன் பதியவில்லை என ஒரு பொருத்தமான கேள்வி எழுந்தது. பதிலில்லை என்று அவனே சொல்லிக் கொண்டான்.

ஒரு கனவு ஏற்பட்டது அல்லது கனவு இல்லாமலும் இருக்கலாம். நாலாப்பக்கமும் ஒளிசிதறிய ஒரு கண்ணாடி அறையில் வலது பக்க மூலையில் இருந்த அழகிய வாஷ்பேஷினைப் பார்த்தான், அந்தக் கதை எழுதுகிறவன். அவன் பேசிசின் முன்பு தொட்டு நின்று, நீர் விழும் குழாயைத் திறக்கப்போகிறான் என்று கூறும்படி உடல் திருகலாகி முகம் குழாயைப் பார்க்க, புகைப்படத்துக்குப் போஸ் கொடுப்பது போல நின்றான். அவன் மீது ஒளி, கண்ணாடி ஜன்னல்வழி சுள்ளென்று வெயில்போல், பாய்ந்ததால் உடல் முழுவதும் தெரியவில்லை. ஆனால் அவள் இப்படிப் பிரத்தியட்சமானாள். அவள் இவனிடம் பேசுபவள். கழுத்தில் ஒயிலாக, ஒரு குளிர்ப்பிரதேசத்தில் கழுத்தில் சுற்றக்கூடிய, ஷால் போட்டபடி காட்சி தந்தாள். இன்று வழக்கம்போல், உடலைக் காட்டாமல் பேச்சை உடலாக முன்வைப்பவளான அவள் - ஏதும் பேசாமல் நேரே காட்சி கொடுப்பவளாய் ஏன் மாறினாள் என்று அவன் கேட்டபடி இருந்தபோது, ஒரு விளம்பரப் பெண்ணாய்த் தோன்றி அவன் உடுத்தும் கைலியாக உருவம் பெற்று மடங்கித் திடச் சரீரமுடைய அவனாக மாறினாள். அவள் அவனானாள். உடனே அவள் இல்லை. மறைந்துபோனாள் - அவளின் உரையாடலை அங்கே விட்டுவிட்டு...

அப்போது கைப்பேசியில் அழைத்தாள். எனக்கு அதுவொரு மனமயக்கமாக இருக்குமென்று தோன்றியது. ஆம், தோற்றம்தான்.

அவன் எழுதாத ஒரு கதையைப் பற்றிச் சொல்லப்போவதாய்ச் சொன்னாள். அவள் மூச்சு மேலும் கீழுமாய்ப் போவது கேட்டது. புணர்ச்சியின் முனகல்போலக் கேட்டது. ஆனால் பேச்சுக் குழம்பவில்லை. அது ஒரு ஸ்பரிசம் சார்ந்த அன்னியோன்யத்தை மட்டுமே அவனுக்குள் எழுப்பியது. வேறெந்த உணர்வும் தோன்றவில்லை. மீண்டும் ஒரு மாயக்காட்சி கண்ணாடிப் பிம்பம் போல் தெரிய ஆரம்பித்தது. அவள் பேச ஆரம்பித்ததும் - உலகத்திலுள்ள எதையும் எழுத முடியும் என அன்றுவரை நினைத்துவந்தவன் வித்தியாசமாக உணர்ந்தான். எழுதமுடியாத நிலையொன்று அந்தக் கணத்தில் சிருஷ்டி ஆனது. சொல்லும் காட்சியும் ஒன்றிணைந்தன.

உங்கள் கதையில், மொத்தம் நீங்கள் எழுதியுள்ள ஐம்பத்திரண்டு கதைகளையும் படித்து அவற்றின் ஆழ அகலங்களை அறிந்தவள் என்ற முறையில் சொல்கிறேன் என ஒரு முன்னுரை தந்துவிட்டுத் தொடர்ந்தாள். அந்த நேரம் அவள் கண்கள் என் மேல்முதுகில் இரு கூர்மையான கம்பிகளாய் - இடது மற்றும் வலதுதோள் பக்கமாய்க் குத்தி இறங்கின. உங்கள் கதை மேல்நோட்டத்தில் வேதனையைத் தராதவை, மனதின் சலனங்களைத்தான் சொல்பவை என்பது போல் தென்படலாம். அவை வலியின் கதைகள். மற்றவர்களுக்கு எப்படியோ, எனக்குத் தீராத வேதனையும் அவஸ்தையும் நோவையும் அலைக்குப் பின் அலையாய்க் கிளப்பும் வரிகள் என்று கூறினாள். உடலை முறுக்கி நெரித்தும் அவளின் கைகளைச் சேர்த்து அவளின் உடலையும் கன்னத்தையும் இறுகத் தடவித் தடவியும் பேசியதுபோல் இருந்தது.

என் முன் அப்போது ஒரு பெண்ணுருவம் மெதுமெதுவாக முளைத்து வளர்ந்து இருபக்க இறகுகளுடன் காற்றில் மிதக்க ஆரம்பித்தது.

அதுதான் என்னோடு பேசும் அந்த இளம்பெண். வேறு ஏதும் இல்லை.

0

16

அலை

இரண்டாவது அலை என்றார்கள். காய்ச்சலின் பதாகையால் மூடப்பட்ட சாவு பரவியபோது, ராஜகுமாரன் தனது 56 அங்குல மார்பை 60 அங்குலமாய் விரித்தார். அந்த மாலை நேரத்தில், அங்கு ஓட்டை உடைசல் பாத்திரங்களை வலது கையில் பிடித்தபடி, இடதுகையால் சப்பாத்திக் கட்டைகளால் அடித்து ஒலி எழுப்பும்போது தம்பிகள் பயந்தார்கள். முகம், பிணத்தின் ஆசுவாசம் போல் கொடூரத்தைச் சாயமாய்ப் பூசியது. பிராணவாயு மருத்துவமனைகளில் இல்லை. அப்படிச் சொன்னவர்களைப் பல்லைப் பிடுங்கினார்கள். இரத்தம் உடலெல்லாம் வழிய அவர்கள் ஓடினார்கள்.

ஒரு மத்தியதர வர்க்கத்தவர்கள் வாழும் பகுதியில், லாக்அவுட் நடைமுறையில் இருந்ததால் மயானத்துக்கும் பிணங்கள் போகாமல் கிடந்தன. குப்பைகளுக்கிடையில் காணப்பட்டன. நீலவர்ண பிளாஸ்டிக் ஆடைகளால் மூடப்பட்ட பிணங்கள். சில வீடுகளில் இருந்து சிலர் கதவைத் திறந்து பார்த்துவிட்டு அவர்களின் கொடிய காய்ச்சலைக் காற்றில் துப்பி அனுப்பிவிட்டது போல் சடக்கெனத் தலையை உள்ளே இழுத்தனர்.

மேளதாளங்கள் தூரத்தில் கேட்டன. மக்களின் கூக்குரலும் ராஜகுமாரனின் ஆட்கள், பாத்திரங்களில் அடித்து ஒலியெழுப்பாதவர்களைப் பெருங்குரலில் கண்டித்ததால் அந்த ஒலி என்றனர். அடிக்கடி ராஜகுமாரனின் ராஜபோசனத்தைக் கெடுக்கத்தான் சாவுகளின் எண்ணிக்கையைக் கூட்டிச் சொல்கிறார்கள், அந்நிய நாட்டிலிருந்து இரவு குதிரைகளின் மீது ஏறிவந்த அந்தக் கறுப்பு மனத்தவர்கள் என்றார்கள். அப்படிச் சொன்னவர்கள், ராஜகுமாரன் நாடு முழுதும் அனுப்பியிருக்கும் ஆட்கள்.

குமரேசன் அப்போதுதான், அதுவரை தான் கஷ்டப்பட்டுத் தடுத்து வைத்திருந்த இருமலை இனியும் தடுக்கமுடியாதென்று கருதியபோது, இருமினான். அந்நேரம் ராஜகுமாரனின் ஒரு சேவகன் வந்து, விரைவில் காட்டு மாளிகையில் ராஜகுமாரன் நடத்தப் போகும் பத்தாம்நாள் ராஜபோசனத்துக்கு உங்கள் பெயரைத் தாருங்கள் என்று கேட்டு எழுதி விட்டு மறைந்தான். குமரேசன், தன்னைப்போல், முடியாமல் காய்ச்சல் தீவிரத்தில் படுத்திருக்கும் அவன் மனைவி ஜானகியைப் பார்த்தான். பேய் ஒன்று அவள் முகத்தில் அறைந்தது என்று கருதும்படி பக்கத்துக் கன்னத்தில் விரல் அடையாளம் இருந்தது.

சரியாகிப் போய்விடும். இப்போது என் கேள்விக்குப் பதில் சொல் என்று, பற்களுக்கிடையில் பொரிபோல் அகப்பட்ட முணுமுணுப்பால் குமரேசன் கேட்டான். தாங்க முடியாத காய்ச்சலைச் சிலவேளை அவன், தன் கண்முன் காணப்படும் கூனிக்கிழவி என்று கருதி, கைநீட்டிச் சாபம் போட்டான்.

சொல், ராஜகுமாரனின் பத்துநாள் ராஜபோஜனத்துக்கு நான் போனால் நீ என்ன செய்வாய்? அவன் அவளிடம் கேட்டதை அவள் அறியவில்லை.

அவள் அலங்கோலமாய்க் கிடந்தபடி வீட்டின் வலது மூலையில் இருந்த டி.வி. பெட்டியில் எவ்வளவு சாவுகள் பற்றிச் சொல்கிறார்கள் என்று எண்ணி எழுதி வைப்பது வழக்கம். அதற்கு ஒரு நோட்டும் ஒரு பென்சிலும் வைத்திருந்தாள். வேலைக்காரிப் பெண் பரிதாபப்பட்டு வாங்கி வைத்திருந்த பச்சைக் காய்கறிகளும் (இவர்கள் கீரை சாப்பிடுவது நல்லது என வாங்கிய) கீரையும் மூடப்பட்ட கதவோரத்தில் ஒரு பிளாஸ்டிக் பக்கெட்டில் காட்சி தந்தன. ஜானகிக்கு ஐம்பது வயதிருக்கும்.

குமரேசனைப் பார்த்து, ஆழ்ந்த குழிக்குள் இடுங்கியபடி கிடக்கும் கண்களால், அவள் முறைத்தாள். அவளின் கொடிய உடல் வேதனையும் கதகதப்பும் சேர்ந்து ஒரு பெரிய ராட்சசக் கழுகுபோல் பூதாகரமாய் அவள் மனக்குகையில் உருவம் பெற்றது. அதன் கண்கள் கொடூர வடிவத்தில் அவளுடைய கண்களானது போலத் தனக்குள் பார்த்தாள் ஜானகி.

ராஜகுமாரனின் தன் ராப்போசனம் பற்றியே எல்லோரும் பேசும்படியாகப் பல உத்திகள் செய்தான் அவன். நடன அரங்குகள் ராப்போசனத்தில் ஏற்பாடு செய்யப்பட்டிருந்தன. அந்த அரங்குகள் பறக்கும் தட்டுகள் போலப் பறக்கக் கூடியவை என்று ராஜகுமாரனின் ஊழியக்காரர்கள் தெருமுனைகளில் நின்று பொய் சொன்னார்கள்.

அப்போது தோன்றிய ஊர்முனிவன் ராஜகுமாரனின் நடன அரங்குகளில் எத்தனை நடன ராணிகள் ஆடப்போகிறார்கள் என்று தெருமுனை ஊழியக்காரர்களிடம் கேட்டபோது, அவனுடைய வாய் கோணிய திசையில் ராப்பூச்சிகள் பறந்தன.

அன்று ராஜகுமாரன் இரண்டாம் அலை நோயால் இறந்தவர்களின் எண்ணிக்கையைக் கொண்டு வந்தவர்களிடம் எத்தனை பேர் இறந்தனர் என்று கேட்க பத்தாயிரம் ஆண்களும் ஏழாயிரம் பெண்களும் மூவாயிரம் குழந்தைகளும் என்று சொல்லப்பட்டன. அப்படிச் சொல்லியவன் காது ஒரு பட்டர் பழம் (ப்ரூட்) போல் காட்சி தந்தது. அவனை ராஜகுமாரன் செவியில் பிடித்து இழுத்து "ஏய் பட்டர் புரூட்... செத்தது வெறும் பத்துபேர் என்று எழுது" என்றான். வந்தவன் தன்னுடைய பட்டர் ப்ரூட் காதைத் தடவியபடி பத்துபேர் என்று எழுத முடிவு செய்தான். அவன் மனம் அப்போது தூரத்தில் ஒரு குயிலாக மாறிக் கூவியது.

ஊர்முனிவன் அவனது குடிசைக்குப் போனான். அந்த ஊர்முனிவனின் வேதனையான குரல் இரவெல்லாம் பறந்து திரிந்தது. அப்போது ஓர் ஆலமரத்தின் வேர் புன்னைமரத்தின் வேரிடம் கேட்டது: நீ முனிவனின் நித்தியகால வேதனைக் குரலைக் கேட்கவில்லையா? ஜானகியின் வேதனையே தீரவில்லை என்று பதில் சொன்னது புன்னை மரத்தின் வேர். நாலைந்து நாட்கள் ஜுரம் தீராது என்றுசொல்லி நவீன மருத்துவர் வேலைக்காரச் சிறு பெண் மூலம் கொடுத்து

அனுப்பிய மருந்து வேலை செய்யும் என்று, மனைவியை குமரேசன் ஆசுவாசப்படுத்தினான்.

ஜானகி ஊரில் ஹாஸ்டலில் நின்று படிக்கும் தன் மகளான ராணிக்கு என்ன ஆனதோ, போய் பாரய்யா, அவளுக்கும் இந்த நோய் பரவிவிட்டால் நான் இருந்து என்ன பயன் என்று அடிக்கடி கோவென்று அழுவதும் ஜுர உக்கிரத்தால் படுத்து நினைவில்லாமல் தூங்குவதாகவும் ஆக இருந்தாள். அந்த மத்தியதர வீட்டில் நான்கடி உயரத்தில் ஒரு குளிர் சாதனப்பெட்டி இருந்தது. டி.வி.யும் இருந்தது. குமரேசனுக்குக் கொஞ்சம் அரசியல் தொடர்பும் ஈடுபாடும் உண்டு. பலருக்கும் தனக்கும், தன் மனைவிக்கும் இரண்டாம் அலை வந்து தாக்கி, முழுகடித்துக் கொண்டிருந்ததைத் தன் கைப்பேசியில் செய்தியாய் அனுப்பினான். செய்தி சிறுசிறு ஈசல்களின் உதிரப்போகிற மீச்சிறு இறகுகள் போல் அங்குமிங்கும் பறந்தன. ஒரு டாலோ 650-ஐப் போட வேண்டிய நேரம் வந்ததென்று பூச்சு ஓரளவு உதிர்ந்த வடபகுதி மூலையில் உள்ள சுவரில் தொங்கும் சுவர் கடிகாரம், ஒரு பல்லியை விரட்டாதபடி, கூவிச் சொல்லியது. அவன் மனைவி ஜானகி, புரண்டு படுத்தாள். அவளுடைய வயதான மார்பகம் சூம்பி, பிளவுஸ் வழி படுக்கையில் சப்பிப் போய்க் கிடந்ததைக் கண்டு, இன்னுமொரு பெரிய வியாகுலம் சமுத்திரம் போல் அவனுக்குள் பெருகியது. தன் செய்தியைப் பார்த்தும் யாரும் தனக்கு உதவிக்கு முன்வரமாட்டார்கள் என்று நினைத்தபோது அமைதியின் வாய் முதலை வாயானதைப்பார்த்தான்.

ராஜகுமாரனின் ஊழியக்காரர்கள் ராப்போசனத்துக்குப் பெரிய பெரிய வண்டிகளில் நடன அரங்குகளை அனுப்பியதால் எல்லாப் பகுதிகளிலும் பெரிய ஓசை என்னும் கழுகுகள் பெரிய இறகுகளுடன் பறந்தன.

நடன அரங்குகள் நகரின் கிழக்கு வடக்காகத் தச்சர்கள் வாழும் பகுதியில் பல மாதங்களாய்ச் செய்யப்பட்டு வந்தன. அவை மிகுந்த துல்லியத்துடன் செய்யப்பட்டன. மூன்று அடிகள் தரையிலிருந்து உயரமான அரங்குகள் இரண்டடி நீளமும் ஒன்றரை அடி அகலமும் கொண்டவை. அப்படி நூற்றுக்கணக்கானவை அளவுப்படி துல்லியமாய்ச் செய்யப்பட்டுப் பின்பு ஒவ்வொன்றும் தனித்தனியாய்க் கட்டப்பட்டு, காட்டில் நடனம் செய்யும் இடத்துக்குக் கொண்டு

செல்லப்பட்டன. நடனம் நடப்பதற்கு இரண்டு நாள்களுக்கு முன்பு பொருத்தப்பட்டு மிகப் பிரம்மாண்டமான நடன அரங்கு அமைக்கப்படும் என்று நடன அரங்கைப் பற்றியே இரண்டாம் அலை இன்னும் பீடிக்காதவர்கள் பேசிக்கொண்டு திரிந்தனர். அவர்கள் எப்தா என்னும் வித்தியாசமான பெயரைக் கொண்ட ராஜகுமாரனின் இரண்டாம் தம்பி, ராஜகுமாரனை விட்டுக் கோபமாய் ஓடிப்போய், தூரதேசம் ஒன்றில் தலைமறைவாய் வாழ்வதையும் மறக்காமல் பேசினார்கள். வீணான மனுசர்கள் சகவாசத்தால் எப்தா என்னும் அவன் வளரமுடியாமல் போனவன் என்றும் குறிப்பிட்டார்கள்.

அன்று குமரேசன் தான் பறக்கப்போவதாய் ஜுரவேகத்தால் கூறிக்கொண்டேயிருந்தான். அவனுடைய டி.வி. பெட்டியில் வந்த அவதார் திரைப்படத்தில் உருவங்களின் முகம் நீலநிறத்திலும் கோலி போன்ற கண்கள், நீலமாகவும் இருப்பதை நூற்றிப்பத்தாவது முறையாகப் பார்த்தான். மறுபக்கம் ஜானகி படுத்திருப்பதைப் பார்த்தபோது அவளும் அவதார் படத்தில் பறந்தபடி இருக்கும் விசித்திரப் பிறவிகளைப் பார்த்தபடிக் கிடப்பதைக் கண்டான் குமரேசன்.

குமரேசன் சிறுவயதுக் கனவுகளில் மூழ்கியபோது அவனது ஆடும் ஊஞ்சல் அவனருகில் வந்தது. ஓரிடத்தில் ஊஞ்சல் கருஞ்சிவப்பாய் ஆட்டத்தைத் தொடங்கும். அதன்பின்பு அவனுடைய பின்பகுதி மட்டும் ஊஞ்சலில் இருப்பதைக் காண்பான். அத்தகைய நாட்களில் ஜுரமும் அதிகமாகும். நீரில் ஒரு சுறாவின் வாயிலிருந்து இரத்தம் கொட்டிச் சமுத்திரத்தில் சிவப்பு விரைவில் மறையும் காட்சி அடிக்கடி அவனுக்கு வந்தது. கவர்ச்சியாக இருக்கிறது என்று அவன் கத்தும்போது முடியாமல் படுத்திருக்கும் ஜானகி, தன் மகனைப் பற்றி ஏதேதோ உளறிக்கொண்டு அவன் முகத்தைக் கூர்மையாய் எட்டிப் பார்ப்பாள். அப்போது அவள் கண்கள் ஓர் இருண்ட குகையின் வாயில் இருக்கும் மெழுகுவர்த்திச் சுடர்கள் போலத் தெரியும். அனஸ்தாயி என்ற பெயரைக் கொண்ட சித்தி, தன் சிறுவயதில் பக்கத்து வீட்டில் செத்த பின்பு வயிற்றில் ஒரு மெழுகுவர்த்தி கொளுத்தப்பட்டது. அக்காட்சி நினைவில் வருவதைக் குமரேசனால் தடுக்கமுடியவில்லை. ஜுரமும் கருகிய தீக்குச்சிகளும் ஓர் அரிதான பேய்க்காலப் பயத்தில் அவனைத் தள்ளுவதை ஜானகி, அவன் முகம் பார்த்தபடி நிற்கையில்

அறிவாள். குமரேசன் ஒரு சிவப்பு இரத்தக் குகைக்குள் மீண்டும் மீண்டும் உடலில்லாத வடிவில் தூக்கித் தூக்கி வீசப்பட்டான்.

ராஜகுமாரன் ஊரில் நடனத்துக்கு ஆயத்தங்கள் செய்வது தொடர்ந்தது. அப்போது இன்னும் இந்த நாட்டில் சேரிகள் இருப்பதால் அங்கிருந்து வந்த ஒருவன் இந்தத் தீராத ஜுரம் போகப் பாத்திரங்களை எடுத்துச் சப்பாத்திக் கட்டையால் அடித்தீர்களா என்று கேட்டுச் சிரிக்க ஆரம்பித்தான். அதில் ஏதோ பொல்லாப்பு இருக்கிறது என்றான் குமரேசன். அந்த மனிதன் வந்தது இரவு நேரமாகையால் மேகம் சூழும் பூரண நிலவில் நாய்கள் ஊளையிட்டபடி அவனுக்குத் தூரத்தில் நின்று கொண்டிருந்தன. பயப்படாத தீண்டத்தகாதவன் 'ராஜகுமாரன் கோதுமை மாவு நாளை அனுப்புவதை உங்கள் வீடுகளில் இருக்கும் மஞ்சள் நிறப் பைகளில் வாங்கிக்கொள்ள வேண்டும் என்பது இராஜகுமாரனின் கட்டளை' என்று கூறி மீண்டும் மீண்டும் சிரித்தான். இப்போது ஜானகி ஓர் ஓநாயின் கால்களில் சிக்கியவள் போலக் குறட்டைவிட்டபடி கிடந்ததைக் கண்ட குமரேசன் அவள் தூங்கட்டும் எழும்பிவிடக்கூடாது என்று எண்ணியபடி, ஜன்னல் வழி வெளியே பார்த்தான். அப்போது யாரும் இல்லாததால் குமரேசன், தான் கண்ட தீண்டத்தகாதவன் தன் கனவுகளால் செய்யப்பட்ட உடம்பு கொண்டவன் என்று ரகசியம் போல் உச்சரித்தபடி மூத்திரம் பெய்துவிட்டு விளக்குகூட ஏற்றாமல் மெதுவாய் ஒலி எழும்பாதபடி, குதிகாலால் கவனமாய் நடந்து வந்து படுத்துக் கொண்டான்.

காலை முழுவதும் வெளுக்கும்முன்பு, இருவர் நடைப்பயிற்சிக்குப் போகிறவர்கள் ராஜகுமாரனுக்கும் அவன் தம்பிக்கும் உள்ள விரோதம் பற்றி உரக்கப்பேசிக்கொண்டு போனார்கள். குமரேசனுக்குப் பலரால் கொஞ்சகாலமாய்ப் பேசப்படுகிற செய்திதான் அது என்பது தெரியும். அது அண்ணன் தம்பி இரண்டு பேரில் ஒருவனைத் தீர்த்துக் கட்டுவதில் முடியும் என்பது தெரியும். தம்பி அடுத்த நாட்டிலிருக்கிறான். அவன் எப்படிக் கொண்டு வரப்படுவானோ, ஆனால் அவன் அண்ணனால் கொலை செய்யப்படுவது உறுதி என்றனர் பலர். உடும்பு ஒன்று சுவரைப் பிடித்தால் எப்படி அதன்பிடி உறுதியாக இருப்பதுபோல் உறுதி என்றனர் அவர்கள். உடும்புகள் சிலரின் வீடுகளில் தோற்றம் தந்து அவர்களிடம் பேசின: 'நல்ல நண்பர்களே! உங்கள் மனதின் புதிய கிளையிலிருந்து

முளைவிடுகின்ற அந்தச் சொல்லைக் கிள்ளி எறியாதீர்கள். அக்கிளையின் நுனியில் பச்சைப்பசேல் என்று சுருண்ட வடிவில் வெளியே கிளம்பும் குரல் பச்சை நிறம் கொண்டது. சூரியன் புதிதாய்ப் படர்கையில் பச்சைக்குரல் சொல்வதைக் கேளுங்கள். அது ராஜகுமாரனின் தம்பி, நடனஅரங்கில் புதிதாய் எழும் உற்சாகம்போல, நிச்சயமாய்க் கொல்லப்படுவான் என்று கூறும். இந்த வாக்கியங்களைக் கண்களை அகலத்திறந்து அசையும் வாய்வழி சொல்லிக்கொண்டிருந்தன உடும்புகள், தத்தம் வயிற்றை ஒவ்வொரு வாக்கியத்துக்கும் உப்பிக் கொண்டு.

உடும்பின் பேச்சு ஊரெல்லாம் செய்தியானது, இராஜகுமாரனுக்கும் அது போய்ச் சேர்ந்தது. அவனைச் சார்ந்தவர்கள் அதனால் உற்சாகமானவர்கள். இன்னும் மும்முரமாக நடன அரங்கைத் தயார் செய்ய உற்சாகம் பெற்றார்கள். அப்போது கடாமுடாவென்று சப்தமெழுப்பியபடி பெரிய பெரிய ஊர்திகளில் நடன அரங்கின் உப பாகங்கள் எண்ண முடியா வகையில் போய்க்கொண்டிருந்தன. குமரேசனும் ஜானகியும் ஜுரத்தை மறந்த சுவாரஸ்யத்துடன் ஒருவரை ஒருவர் பார்த்துக் கொண்டனர்.

அந்த நாட்டில் நடனம் நடக்கும் நாட்களில் தண்டனை கொடுப்பவர்களை அழைத்து வந்து நீதிமன்றத்தில் உடனே தண்டனையோ, விடுதலையோ கொடுக்க வேண்டும் என்று சட்டத்தில் எழுதி வைத்திருப்பார்கள். ஆனாலும் சிறையில் விசாரணைக்கு வந்தவர்களை அடைத்து வைத்து, நீதிமன்றத்தில் பல வருடங்களாய் அவர்களைக் கொண்டு வராமல் இருக்கும் நடைமுறை மூலம் அது ஒரு ‘சித்திரவதை நாடு’ என்று வெள்ளைக்கார நாடுகள், பத்திரிகைகளில் எழுதின.

இராஜகுமாரன் இதையெல்லாம் கண்டுகொள்ளாமல் தனது ஊழியக்காரர்களை அடிக்கடி அழைத்து வைத்துத் தனது தம்பியாகிய எப்தா என்னும் வித்தியாசமான பெயரைக் கொண்டவனை எப்படி நடனத்தின்போது கொல்ல வேண்டும் என அறிவுறுத்திக்கொண்டிருந்தான். அவர்கள் தங்களுக்குத் தோன்றும் யோசனைகளை இளவரசன் முன், தக்க நேரத்தில் வைக்கவும் முன்வந்தார்கள்.

அதேநேரத்தில் தூரத்தில் காட்டில் நிச்சயிக்கப்பட்ட இடத்தில், நடன அரங்கு அமைப்பவர்கள் இரவுபகலாய் மாயத்தன்மை

கொஞ்சமும் குறையாத முறையில் சுழன்று சுழன்று ஆடும்படி, அரங்கு அமைத்தார்கள். அரங்கு தரையிலிருந்து இடுப்புவரை உயரத்தில் வானத்தின் அடிவாரம் வரை இருந்தது. நட்சத்திரங்கள் கூட்டம் சிலந்தி வலையாய் ஒளித்தெறிப்புகளுடன் வானில் மாலைகட்டியது. இடுப்புக்குமேல் அழகாய்ப் பல வர்ணங்களுடன் கூண்டுகள் எழுப்பப்பட்டன. முதலில் மஞ்சள், பின்னர், சிவப்பு, அதன்பின்னர் வெள்ளை, பின்பு கறுப்பு என வர்ணங்கள் கொண்ட கூண்டுகள் அமைத்திருந்தனர். ஆடுபவர்கள் உடலில் ஏறும் அசைவுகளால் பறவை, எலி, புயல், வானம், குள்ளநரி என மனதில் ஏறும் உணர்வுக்குத் தக அவைகளாய் மாறி ஆடுவது வழக்கம். முல்லைச்செடி, செம்பருத்தியாக மாறியதுபோல் சில பெண்கள் உருவம் மாறி உடலை அசைத்து ஆடுவதும் உண்டு.

குமரேசன் தெர்மாமீட்டரை இரண்டுமுறை (முதல்முறை சந்தேகம் வந்ததால்) நாவுக்கு அடியில் வைத்து ஜுரம் குறைந்தது கண்டு முகமலர்ந்து ஜானகியிடம் கூறினான். 'ஜானகி, எனக்கு நம்பிக்கை உள்ளது' என்றான். 'என்ன நம்பிக்கை' என்றாள் அவள்.

'ஆஹா! உன் குரலிலும் தெளிவுள்ளது. உனக்கும் ஜுரம் போகும் நம்பிக்கை வந்துள்ளதுதானே!'.

அவளுக்கு நம்பிக்கை வந்ததை உடனடியாகக் கணவன் தெரிந்துகொள்ளக்கூடாது என்று நினைத்த அவள் அவனுக்கு ஏதும் பதில் சொல்லாமல் பொய்க்கோபத்துடன் திருப்பிப் படுத்தாள்.

இராஜகுமாரனின் சபையில், அவனுடைய தம்பி எப்தா என்னும் அந்த வித்தியாசமான பெயர்கொண்டவனை எப்படிக் கொல்வது என்று சதி ஆலோசனைக்குத் தலைவனாக இருந்த முதிய முனிவன், முஸ்லீம் மசூதிகளில் இந்து அடையாளம் இருப்பதை மந்திர தந்திரங்கள் மூலம் உருவாக்கும் நபர். அவன் 'ஒரு மனிதனைக் கொல்பவன், மிருகத்தாலும், ஒரு மிருகத்தைக் கொன்றவன், ஓர் ஆயுதத்தாலும், ஒரு நெருக்குதலில் கொன்றால் நெருக்குதல் மூலமும், அடிப்பதில் கொலை நடந்தால், அடித்தும் காலால் கொன்றால் காலாலும், நேரடியாய்க் கொலை செய்தால் நேரடியாகவும், மறைமுகமாய்க் கொலை நடந்தால் மறைமுகமாகவும், கழுத்தை நெரித்தால், கழுத்தை நெரித்தும்... இப்படி இப்படிப் பாடியபடியே கொலைகள் நடத்தப்பட

வேண்டியதை விளக்கிக்கொண்டேயிருந்தான். அப்போது ராப்பறவை மூன்றுமுறை தூரத்தில் கூவியபோது எல்லோரும் விடைபெற்றார்கள்.

மறுநாள் நடனம் எல்லோரும் எதிர்பார்த்தபடி நடந்தது. மறைவாய்க் குமரேசனும் ஜானகியும் வந்து மூலையில் தவளையோ, பல்லியோ போல் ஒதுங்கி, யார் கண்ணிலும் படாமல் இருளில் கூட்டத்துக்கிடையில் அமர்ந்திருந்தனர்.

பத்தாம் நாள் நடனம் என்பதால் பெரிய கூட்டம் காணப்பட்டது.

யார் யார் ஆடுகிறார்கள் என்று யாருக்கும் தெரியவில்லை. கைகள் புடைத்திருந்தன. கால்களில் வெறி ஏறியதுபோல் நடனத்தின் தாளத்துக்கு ஏற்பவும் அவர்கள் அணிந்த கூண்டுகளின் அசைவுக்கு ஏற்பவும் பெரிய உற்சாகத்துடன் நடனம் நடந்துகொண்டிருந்தது. அப்போது, திடீரென்று மேளதாளங்கள் உச்ச ஸ்தாயியை எட்டியதும் திடீரென்று நடனம் நடுஇரவில், நாலாப்பக்கமும் காட்டின் இருள்வந்து கவிய, நிறுத்தப்பட்டது. திரைச்சீலை இழுத்து மூடப்பட்டன.

திரையின் பின்னால் கீழே விழுந்த தலை இராஜகுமாரனுடையது. அவனுடைய தம்பி எப்தாவின் கையில் இருந்த நீண்ட கத்தியில் இருந்து சொட்டுச் சொட்டாய் அரங்கில் விழுந்த இரத்தத்தைப் பார்த்தபடி அவன் நின்றதை அந்நேரம் அரங்கில் யாரும் இல்லாததால் ஒருவரும் பார்க்கவில்லை.

பிணமாய்க் கிடக்கும் ஐம்பத்து ஆறு அங்குல மார்புகொண்ட இராஜகுமாரன் மீது அவன் மரணம் பற்றித் தெரியாமல் பாடப்பட்ட வாழ்த்துப் பாடல் மட்டும் நிற்காமல் கேட்டுக்கொண்டிருந்தது.

◐